ಕಂದೀಲು

ಕುರುಡನ ಕಂದೀಲನು ಕಂಡೆನಾ ಕಣ್ತೆರೆದ ಕನಸಲಿ

ಅಭಿಜಿತ್ ಕುಬೇರಪ್ಪ ಜಾಯಕ್ಕನವರ

Made with ❤ on the Notion Press Platform
www.notionpress.com

ನನ್ನ ಮಾನಸ ಗುರುಗಳಾದ ರಾಷ್ಟ್ರಕವಿ ಶ್ರೀ ಜಿ. ಎಸ್. ಶಿವರುದ್ರಪ್ಪ ನವರಿಗೆ ನನ್ನ ಪ್ರಥಮ ಕೃತಿಯನ್ನು ಸಮರ್ಪಿಸುತ್ತೇನೆ.

ಪರಿವಿಡಿಗಳು

ಪರಿವಿಡಿಗಳು

ಪರಿವಿಡಿಗಳು

ಆಯ್ದ ಪಂಕ್ತಿಗಳು

ನೂರು ಬೆಟ್ಟಗಳು ಅಡ್ಡ ಹಾಕಿದರೂ ಹರಿಯದೆ ಜೀವತೊರೆ..!
ಕತ್ತಲ ಹಸ್ತವೆ ಕತ್ತ ಹಿಸುಕಿದರೂ ಬೆಳಗದೆ ಧ್ರುವತಾರೆ..!

ಕನಸಿನ ಚಿತ್ರಕೆ ನಿರ್ದೇಶನ
ಪ್ರೇಮಕ್ಕೊಂದು ನಿಕೇತನ
ಮಾಡ ಹೊರಟ ಮೂಢನಿಗೇನೆನ್ನಲಿ।
ನಿನ್ನ ಪ್ರತಿ ಮಾತು ಶ್ರಾವ್ಯ
ನೀ ನಕ್ಕರೆ ಸುರಿವುದು ಸಾವಿರ ಕಾವ್ಯ
ಕೇವಲ ಸಾಲುಗಳಲ್ಲಿ ನಿನ್ನ ಹೊಗಳುವ ಕವಿಗೇನೆನ್ನಲಿ।

ಕಣ್ಣಂಚಿನ ಹನಿಯಲಿ ನೀ ತೇಲುತಿರುವೆ
ಕಣ್ಮುಚ್ಚಿದರೆ ಎಲ್ಲಾದರೂ ಬಿದ್ದು ಬಿಡುವೆ
ಅನ್ನೋ ಭೀತಿಯಲಿ ಒದ್ದಾಡುತಿರುವೆ

ಕುರುಡನ ಕಂದೀಲನು
ಕಂಡೆನಾ ಕಣ್ತೆರೆದ ಕನಸಲಿ

ಕನಸಲಾದರೂ ಎದುರಿಗೆ ಕುಳಿತು
ನೋಡಬೇಕಿದೆ ಬೆಳದಿಂಗಳೂ ನಾಚಲು।

ರೋಷ ತಿರಸ್ಕಾರಗಳಿಂದ ಸಂಗೀತ ಜನಿಸೀತೇ
ಇದಕ್ಕಿಲ್ಲ ರಾಗ ತಾಳ ।
ಮೌನ ಮುರಿದು ಮೌನದಿ ಕಂಪಿಸಿದ ಧ್ವನಿಗೆ
ತಲೆಬಾಗಿತು ಕೋಗಿಲೆಗಳ ಮೇಳ ।

ನಲ್ಲನ ಮುತ್ತಿನ ತುಂಟ ನಗು
ಕಾಣುತಿದೆ ಗುಳಿಬಿದ್ದ ಕೆನ್ನೆಯಲಿ

ಮಲೆನಾಡಿನ ಆ ಸೌಂದರ್ಯ ನಿನ್ನ ಮೊಗ
ಆ ಮೊಗದ ಕಾಂತಿಯಿಂದಲೇ ಬೆಳಗುತಿದೆ ಏನು ಈ ಜಗ !

ಬಯಕೆಯ ಬೆನ್ನಟ್ಟಿ ಓಡುತ್ತ ನದಿ
ಹುಡುಕುತ್ತ ದಾರಿ ಸೇರುವುದು ಕಡಲನ್ನು
ಆಹ್ವಾನಿಸಿ ಕರಗಿಸಿಕೊಳ್ಳುವುದು ಆದರೆ
ಹೊನಲನು ಕಡಲು ತಾ ಅರಿಯುವುದೆಂತು ?

ಗಿಡದಾಗ ಇರೋತಂಕ ನಗತ್ತೈತಿ ಹೂವು
ಮನಸಿಲ್ದ ಬಾಳಿದ್ರೆ ದಿನಾಲೂ ಸಾವು
ಮನುಷ್ಯನ ಸಂಕಟ ಗೋಡೆಗೆ ತಿಳಿಯೋಲ್ಲ
ಹೇಳ್ದಾಗ ಹೋಗತ್ತೈತಿ ಇನ್ನೊಬ್ಬರಿಗೆ ನೋವು ॥

ನಯನಗಳೆರಡಿದ್ದರೂ ನೋಟವೊಂದಿದ್ದಂತೆ
ಚಕ್ರಗಳೆರಡಿದ್ದರೂ ಬಂಡಿಯೊಂದಿದ್ದಂತೆ

ನನ್ನವಳ ರೂಪ
ಅದು ಹಸಿವೆ ನೀಗುವ ಭೋಜನವಲ್ಲ
ಅದು ಪ್ರಾಣ ಉಳಿಸುವ ಅಮೃತಸೆಲೆ

ಮೂಡಣದಲಿ ಏರಿದವ ಪಡುವಣದಲ್ಲಿ ಇಳಿದ
ಮಸಣದಲಿ ಗೆದ್ದವ ಮಡಿಲಲ್ಲಿ ಸೋತ

ಕವಿ ಮಾತು - ಕಾವ್ಯ ದಾರಿ

'ಕಾಣದ ಕಡಲಿಗೆ ಹಂಬಲಿಸಿದೆ ಮನ' ಇದು ನನ್ನ ಭಾವಂತರಾಳವನ್ನು ಕಲಕುವ ಪದ್ಯ. ಇದನ್ನು ಪ್ರತಿಬಾರಿ ಕೇಳುವಾಗಲೂ ನಾನು ಭಾವುಕನಾಗುತ್ತೇನೆ. ನನ್ನ ಮನಸು ಕಲ್ಪಿಸಿಕೊಳ್ಳುವ ಕಡಲು 'ಕನ್ನಡ ಸಾಹಿತ್ಯ'. ಈ ಕಡಲಿನಲ್ಲಿ ಒಂದು ನದಿಯಾಗಿಯೋ, ಇಲ್ಲವೇ ಒಂದು ಪುಟ್ಟ ತೊರೆಯಾಗಿಯೋ, ಕಡೇಪಕ್ಷ ಒಂದು ಹನಿಯಾಗಿಯೋ ಸೇರಬೇಕೆಂಬುದು ಬಹುದಿನದ ಬಯಕೆ. ಇಂತಹ ಬಯಕೆಯ ಫಲವೇ ಈ 'ಕಂದೀಲು'.

ಈ ನನ್ನ ಕವಿತೆಗಳು ಎಷ್ಟರ ಮಟ್ಟಿಗೆ ಪ್ರೌಢಿಮೆ ಸಾಧಿಸಿವೆ ಎಂಬುದನ್ನು ನಾನು ಅರಿಯೆ. ಪ್ರಕಟಿಸಬೇಕೋ ಬೇಡವೋ ಎಂಬ ತರ್ಕವನ್ನೂ ಸಹ ಮಾಡುವ ಗೋಜಿಗೆ ಹೋಗಿಲ್ಲ. ಇವನ್ನು ಬರೆದಿಟ್ಟ ಪುಸ್ತಕ ಮಾತ್ರ ಅವಾಗಾವಾಗ ನನ್ನನ್ನು ನೋಡಿ ತನ್ನನ್ನು ಅಲಕ್ಷಿಸಿದ ಭಾವವನ್ನು ಹೊರಹೊಮ್ಮಿಸಿದಾಗ ತುಂಬಾ ಖೇದವಾಗುತ್ತದೆ. ಅರಳಿದ ಪುಷ್ಪ ಅದಿಚ್ಚಿಸಿದ ಮುಡಿಯನ್ನೋ ಅಥವಾ ಪಾದವನ್ನೋ ಸೇರದಿದ್ದರೆ ಏನು ಫಲ. ಹಾಗಾಗಿ ಅದನ್ನು ಅದರ ಕಡಲಿಗೆ ಸೇರಿಸುವ ಪ್ರಯತ್ನ ಮಾಡುತ್ತಿದ್ದೇನೆ.

ಇದರ ಮರೆಯಲ್ಲಿ ನನ್ನ ಕೆಲವು ಆಶಯಗಳೂ ಇವೆ. ಒಂದು, ನಾನು ನೋಡಿದ ಹಾಗೆ ನನ್ನನ್ನೂ ಸೇರಿ ಸಾಹಿತ್ಯೇತರ ವ್ಯಕ್ತಿಗಳಿಗೆ ಮುಖ್ಯವಾಗಿ ಕವಿತೆಗಳು ಹತ್ತಿರವಿಲ್ಲ ಅನಿಸುತ್ತದೆ. ಆದರೆ ಸಿನಿಮಾ ಹಾಡುಗಳು ರಂಜಿಸುತ್ತವೆ. ಆದರೆ ನನ್ನ ಸುತ್ತ ಮುತ್ತ, ನಾ ಕವಿತೆ ಬರೆದು ಅವನ್ನು ಅವರ ಮುಂದೆ ಓದುತ್ತಿದ್ದಾಗ ತುಂಬಾ ಆಸಕ್ತಿಯಿಂದ ನನ್ನ ಸ್ನೇಹಿತರು ಕೇಳಿದ್ದಾರೆ, ಮೆಚ್ಚಿದ್ದಾರೆ. ಇನ್ನೂ ಕೆಲವರು ತಾವೂ ಕೂಡ ತಮ್ಮ ಭಾವನೆಗಳಿಗೆ ಕವಿತೆಯ ರೂಪ ಕೊಡಲು ಪ್ರಯತ್ನಿಸಿದ್ದಾರೆ. ಇದರಿಂದ ನನಗನಿಸಿದ್ದು, ನನ್ನ ಈ ಪುಟ್ಟ ಪುಸ್ತಕ ಅಂತಹ ಕೆಲವಾದರೂ ನನ್ನ ಸಹೃದಯರಿಗೆ ಕಾವ್ಯ ಪ್ರಯೋಗ ಮಾಡುವ ಆಸಕ್ತಿ ತರಿಸಬಹುದೇನೋ ಅಂತ. ಇನ್ನೊಂದು ಆಶಯ ಕವಿತೆ ಬರೆಯುವುದು ಕೇವಲ ರಂಜನೆಗಾಗಿ ಅಲ್ಲ. ಒಂದು ಉಕ್ತಿ ಇದೆ, 'ನಿಮ್ಮ ಸಮಸ್ಯೆಗಳನ್ನು ನೀವು ಸರಿಯಾಗಿ ಬರೆಯಲು ಸಮರ್ಥರಿದ್ದರೆ, ಅದರ ೫೦ ಪ್ರತಿಶತ ನಿವಾರಣೆ ಆದಂತೆ'. ಹಾಗಾಗಿ ಬೇರೆ ಬೇರೆ ವಯಸ್ಸಿನಲ್ಲಿ ಕಾಡುವ ಬೇರೆ ಬೇರೆ ಸಮಸ್ಯೆಗಳನ್ನು ಚಿಂತಿಸುತ್ತ ಗೋಳಾಡುವ ಬದಲು ಅದನ್ನು ನೋಡುವ ದೃಷ್ಟಿಕೋನ ಬದಲಿಸಿ ಅದಕ್ಕೆ ಭಾವನೆಯ ಬಣ್ಣ ಹಚ್ಚಿ ಲೇಖನದ ರೂಪ ಕೊಟ್ಟಾಗ ಸಿಗುವಂಥ ಮನಶ್ಶಾಂತಿ ಮತ್ತೆಲ್ಲೂ ಸಿಗಲ್ಲ ಎಂಬ ಮತ ನನ್ನದು. ಈ

ನಿಟ್ಟಿನಲ್ಲಿ ಕಾವ್ಯ ಒಬ್ಬ ಮನೋವೈದ್ಯನಂತೆ ಕೆಲಸ ಮಾಡುತ್ತದೆ. ಇಂತಹ ಅನುಭವವನ್ನು ಸಹೃದಯರಿಗೆ ತಿಳಿಸುವ ಆಶಯವೂ ಇಲ್ಲಿದೆ.

ಇನ್ನು ಕೊನೆಯ ಆಶಯ ಏನೆಂದರೆ ನಮ್ಮಲ್ಲಿರುವ ಕೀಳರಿಮೆಯನ್ನು ದೂರ ಮಾಡುವುದು. ನಾವು ಎಷ್ಟೋ ಸಲ ನಮ್ಮನ್ನು ಜನರ ಮುಂದೆ ತರಲು ಹಿಂಜರಿಯುತ್ತೇವೆ. ನನ್ನ ಕವಿತೆ ಅಷ್ಟು ಚನ್ನಾಗಿಲ್ಲ, ಪ್ರಕಟಣೆ ಮಾಡಬೇಕೋ ಬೇಡವೋ, ಯಾರು ಏನಾದರೂ ಅಂದುಕೊಂಡರೆ ಇತ್ಯಾದಿ. ಇಲ್ಲಿ ನನ್ನ ಎಷ್ಟೋ ಕವಿತೆಗಳು ಯಾರಾದರೂ ಬರೆಯಬಹುದಾದ ಕವಿತೆಗಳೇ ಇವೆ. ಹಾಗಾಗಿ ಮೊದಲ ಕವಿತೆಗಳನ್ನು ಅಷ್ಟೊಂದು ವಿಮರ್ಶೆ ಮಾಡಿ ಭಯಪಡುವ ಅಗತ್ಯವಿಲ್ಲ. ಸಾವಿರ ಮೈಲಿಯ ಪ್ರಯಾಣವೂ ಮೊದಲ ಹೆಜ್ಜೆಯಿಂದಲೇ ಪ್ರಾರಂಭವಾಗುತ್ತದೆ. ವಿಮರ್ಶಕರ ಸಿಹಿನುಡಿ, ಕಹಿನುಡಿ ನಮ್ಮ ಸಾಹಿತ್ಯಲೋಕದ ಪಯಣದಲ್ಲಿ ದಾರಿದೀಪಗಳು. ಎರಡೂ ಅಭಿಪ್ರಾಯಗಳನ್ನು ಉತ್ತಮ ಮನೋಭಾವದಿಂದ ಸ್ವೀಕರಿಸಿದಾಗಲೇ ಕಲಿಯಲು ಸಾಧ್ಯ. ಅದಕ್ಕಿಂತ ಮೊದಲು ನಮ್ಮ ಕಾವ್ಯ ಕೃಷಿಯನ್ನು ಜಗತ್ತಿನ ಮುಂದೆ ಇಡಬೇಕು. ನಾನದನ್ನು ಈಗ ಮಾಡುತ್ತಿದ್ದೇನೆ. ಹೀಗೆ ಅನ್ಯರೂ ಮಾಡಬಹುದು. ಏಕೆ ಹೇಳುತ್ತಿದ್ದೇನೆಂದರೆ ನನ್ನ ಎಷ್ಟೋ ಸ್ನೇಹಿತರು ಸಹ ಕವಿತೆಗಳನ್ನು ಬರೆದಿದ್ದಾರೆ, ಆದರೆ ಅವು ಕೇವಲ ಅವರ ನೋಟ್ ಬುಕ್ಕನ್ನು ಮಾತ್ರ ಸಿಂಗರಿಸಿವೆ. ಅವೆಲ್ಲ ಹೊರಬರಬೇಕು. ಕವಿತೆ ಓದುವ ಬರೆಯುವ ಹವ್ಯಾಸ ಬೆಳೆಯಬೇಕು. ಏಕೆಂದರೆ ಈ ಪ್ರವೃತ್ತಿ ಮನಸ್ಸಿನ ಕಲ್ಮಶ ತೊಳೆದು ಸ್ವಚ್ಛ ಮಾಡುವಲ್ಲಿ ಸಹಕಾರಿಯಾಗುತ್ತದೆ. ಹೀಗೆಂದು ಮಹಾನ್ ತತ್ವಜ್ಞಾನಿ ಅರಿಸ್ಟಾಟಲ್ ಹೇಳಿದ್ದಾನೆ.

ಇದರೊಂದಿಗೆ ಇನ್ನೊಂದು ಮುಖ್ಯ ವಿಚಾರ ಹೇಳಬಯಸುತ್ತೇನೆ. ನನ್ನೊಂದಿಗೆ ಆದ ಅನುಭವ ಇದು. ಕವಿತೆ ಓದಿ ಕೆಲವೊಮ್ಮೆ ಓದುಗರು ಕವಿಯ ವೈಯುಕ್ತಿಕ ಜೀವನದ ವಿಮರ್ಶೆ ಮಾಡುವುದುಂಟು. ಉದಾಹರಣೆಗೆ ನನ್ನ ಪ್ರೇಮ ಕವಿತೆ ಓದಿದಾಗ ಎಷ್ಟೋ ಜನ ಹೇಳಿದ್ದು ನಾನು ಯಾವುದೋ ಒಂದು ಹುಡುಗಿಯನ್ನು ಮನಸ್ಸಿನಲ್ಲಿ ಇಟ್ಟುಕೊಂಡು ಬರೆದಿರಬಹುದು ಅಂತ. ಇಂತಹ ಸನ್ನಿವೇಶಗಳು ಕವಿಗೆ ತನ್ನ ಕವಿತೆಗಳನ್ನು ಹೊರತರಲು ಅಡ್ಡಿ ಸಂಕೋಚ ಉಂಟು ಮಾಡಬಹುದು. ಆದರೆ ಇದರ ಸಮಾಧಾನ ಇಲ್ಲಿ ನಾನು ಹೇಳಬಯಸುತ್ತೇನೆ. ಕವಿ ಒಂದು ಕವಿತೆ ಬರೆಯಲು ನನ್ನ ಪ್ರಕಾರ ಸ್ವಂತ ಜೀವನದ ಅನುಭವವೇ ಬೇಕೆಂದಲ್ಲ. ಸುತ್ತ ಮುತ್ತ ಜೀವನವನ್ನು ನೋಡಿ ಸ್ವಂತ ಅನುಭವಕ್ಕೆ ತಂದುಕೊಳ್ಳುವ ಸೃಜನಶೀಲತೆ ಇದ್ದರೂ ಸಾಕು. 'ಹುಟ್ಟಿದಳಮ್ಮಾ ನನಗೊಬ್ಬಳು ಮಗಳು', 'ಅನಾಥ', 'ಧರೆ-ಧಾರೆ', 'ಚಿಗುರಿದ ಪ್ರೇಮ' ಇತ್ಯಾದಿ ಕವಿತೆಗಳು ಇದಕ್ಕೆ ಉದಾಹರಣೆ.

ಕವಿತೆ ಪ್ರಾರಂಭವಾದಾಗ ಇರುವ ಭಾವವೇ ಬೇರೆ, ಅದು ಮುಕ್ತಾಯಗೊಂಡಾಗ ಮೂಡಿದ ಭಾವವೇ ಬೇರೆ. ನಂತರ ಅದು ಸಾರ್ವತ್ರಿಕ ಭಾವವಾಗಿಬಿಡುತ್ತದೆ. ನನಗೂ ತುಂಬಾ ಸಮಯದ ನಂತರ ಇಂತಹ ವಿಚಾರಗಳು ಗೊತ್ತಾಗಿದ್ದು. ನನ್ನೊಡನೆ ಇಂತಹ ವಿಚಾರಗಳನ್ನೆಲ್ಲ ಚರ್ಚಿಸಿದ ಅನುಭವಿ ಲೇಖಕರಿಗೆ ನಾನು ಈ ವಿಷಯದಲ್ಲಿ ಋಣಿಯಾಗಿದ್ದೇನೆ. ಹಾಗಾಗಿ ಮಾನಸಿಕ ದೂರ ಇಟ್ಟುಕೊಂಡು ಕವಿತೆಗಳನ್ನು ಆಸ್ವಾದಿಸುವ ಗುಣ ಹೆಚ್ಚಾಗಿ ಬೆಳೆಯಬೇಕಾಗಿದೆ.

ಇಷ್ಟೆಲ್ಲಾ ವಿಚಾರಗಳ ವಿನಿಮಯದ ನಂತರ ಇನ್ನುಮುಂದೆ ನನ್ನ ಕಾವ್ಯ ಪಯಣದ ಕುರಿತು ಒಂದಿಷ್ಟು ಮಾತು ಹೇಳಬಯಸುತ್ತೇನೆ. 'ಮಹೇಂದ್ರನ ಮದುವೆ' ನಾ ದಾಖಲಿಸಿ ಇಟ್ಟಂತಹ ಮೊದಲ ಪ್ರಯೋಗ. ಒಂದು ಕಥೆಯ ಪ್ರತಿ ಶಬ್ದದ ಮೊದಲ ವರ್ಣವೂ ಒಂದೇ ಇರುವಂತೆ ಬರೆಯಬೇಕೆಂದು ಎಷ್ಟೋ ಸಲ ಅನಿಸಿತ್ತು. ಅದು ಯಾಕೆ ಹಾಗೆ ಅನಿಸಿತ್ತೋ ಸ್ಮರಣೆಗೆ ಬರುತ್ತಿಲ್ಲ. ಆದರೆ ಹಾಗೆ ಅನಿಸಿ ತಕ್ಷಣ ಈ ಕಥೆ ಬರಯಲಾಗಿರಲಿಲ್ಲ. ಒಂದು ದಿನ ರಜೆಯಲ್ಲಿ ಮನೆಯಲ್ಲಿ ಸುಮ್ಮನೆ ಕೂತಾಗ ಅಮ್ಮ ಮಜ್ಜಿಗೆ ಕುಡಿಯಲು ಕೊಟ್ಟರು. ಆಗ ಏನೋ ಸಡನ್ನಾಗಿ ತಲೆಯಲ್ಲಿ ಶಬ್ದಗಳ ಅಬ್ಬರ ಶುರುವಾಯಿತು. ಮಜ್ಜಿಗೆ, ಮಧ್ಯಾಹ್ನ, ಮದುವೆ, ಮುದುಕಿ, ಮಾವಳ್ಳಿ ಹೀಗೆ. ತತಕ್ಷಣ ಪೆನ್ನು ಹಿಡಿದು ಕೂತೆ, ಅರ್ಧ ಘಂಟೆಯಲ್ಲಿ 'ಮಹೇಂದ್ರನ ಮದುವೆ' ಹಾಳೆಯಲ್ಲಿ ಮೂಡಿತು. ಅದನ್ನು ಎಷ್ಟು ಜನರಿಗೆ ತೋರಿಸಿ ಓದಿ ಹೇಳಿ ನಲಿದಿದ್ದೇನೋ! ಅವತ್ತು ಬಿದ್ದಿತು ಬೀಜ ನನ್ನೊಳಗಿನ ಒಬ್ಬ ಬರಹಗಾರ ಹುಟ್ಟಲು. ಇದೇ ರೀತಿಯ ಬೇರೆ ಬೇರೆ ಪ್ರಯೋಗಗಳನ್ನು ಮಾಡಬೇಕೆಂಬ ಹುಚ್ಚು ಮತ್ತು ಭಾವಗಳ ಉತ್ಕಟತೆ ಇನ್ನೂ ಬರೆಯಲು ಪ್ರೇರೇಪಿಸಿತು. ನಾ ಬರೆಯಲು ಶುರುಮಾಡಿದೆ. ಕಥೆ ಇಲ್ಲಿದೆ,

> "ಮಹೇಂದ್ರನ ಮದುವೆ -
>
> ಮಹೇಂದ್ರ, ಮಾವಳ್ಳಿಯ ಮುನಿಯಪ್ಪ ಮತ್ತು ಮಹಾಲಕ್ಷ್ಮಿಯವರ ಮೊದಲ ಮಗ. ಮುನಿಯಪ್ಪ, ಮಗ ಮಹೇಂದ್ರನಿಗೆ ಮುಗಿಲೂರಿನಲ್ಲಿರುವ ಮಾವ ಮಹೇಶ್ವರಪ್ಪನ ಮಗಳು ಮೀನಾಕ್ಷಿಯನ್ನು ಮದುವೆಯಾಗಲ್ಹೇಳಿದ. ಮರುತ್ತರವಿಲ್ಲದೆ ಮುನಿಯಪ್ಪನ ಮಾತಿಗೆ ಮೀರದಂತೆ ಮಹೇಂದ್ರ ಮನಸ್ಸಲ್ಲಿಯೇ ಮುಗುಳ್ನಕ್ಕು ಮೌನವಾದ. ಮಾವನ ಮಗಳು ಮೀನಾಕ್ಷಿಯನ್ನು ಮನದಲ್ಲೇ ಮೇಲಕಾಕಿಕೊಂಡು, ಮುಗಿಲೂರಿನೆಡೆಗೆ ಮಹೇಂದ್ರ ಮೆಲ್ಲನಡೆದ. ಮಧ್ಯದಾರಿಯಲ್ಲಿರುವಾಗಲೇ ಮಧ್ಯಾಹ್ನ ಮುಗಿದು ಮುಸ್ಸಂಜೆಯಾಯ್ತು. ಮುಸ್ಸಂಜೆಯಲ್ಲಿ ಮಬ್ಬು ಮೂಡಿದ ಮೇಲೆ

ಮೂಡಣದೆಡೆಗೆ ಮುನ್ನಡೆಯುವುದುಚಿತವಲ್ಲವೆಂದು ಮಹೇಂದ್ರ ಮಧ್ಯದಾರಿಯಲ್ಲಿ ಮಾವಿನ ಮರವೊಂದರ ಮಡಿಲಲ್ಲಿ ಮಲಗಿದ್ದು ಮಾರನೇದಿನ ಮರುಪ್ರಯಾಣಿಸಲು ಮನಸ್ಸು ಮಾಡಿದ. ಮಾವಿನ ಮರದ ಮಡಿಲಲ್ಲಿ ಮೈಯೊರಗಿಸಿದ ಮಹೇಂದ್ರ ಮೈಲುದಾರಿಯ ಮೈದಣಿವನ್ನೆಲ್ಲಾ ಮರೆತ. ಮಲಗಿ ಮುಗಿಲತ್ತ ಮುಖ ಮಾಡಿದಾಗ, ಮೋಡಗಳೆಲ್ಲಾ ಮೈಗಪ್ಪಿದಂತೆ, ಮಗ್ಗುಲಿನ ಮೌನವೆಲ್ಲ ಮೆಲ್ಲನೆ ಮಾತನಾಡಿಸಿದಂತೆ, ಮಲ್ಲಿಗೆ ಮೊಗ್ಗುಗಳೆಲ್ಲ ಮನಸೂರೆ ಮಾಡಿದಂತೆ ಮಹೇಂದ್ರನಿಗೆನಿಸಿತು. ಮಹೇಂದ್ರ ಮೆಲ್ಲನೆ ಮೋಡಗಳ ಮುಸುಕಿನಲ್ಲಿ ಮಹಾನಿದ್ರೆಗೆ ಮುಳುಗಿದ.

ಮೂಡಣದಲ್ಲಿ ಮಹಾಸ್ವಾಮಿ ಮೂರಂಗುಲ ಮೇಲೆದ್ದಾಗ, ಮಹೇಂದ್ರ ಮೇಲೆದ್ದು ಮಗ್ಗುಲಲ್ಲಿದ್ದ ಮುದ್ದೆಗಂಟಿನೊಡನೆ ಮುಗಿಲೂರಿಗೆ ಮುನ್ನಡೆದ. ಮಧ್ಯದಾರಿಯಲ್ಲಿ ಮಡಿಕೆಯಲ್ಲಿ ಮಜ್ಜಿಗೆ ಮಾರುತ್ತಿದ್ದ ಮುದುಕಿಯನ್ನೋಡಿ, ಮಹೇಂದ್ರ, ಮುದುಕಿಯಿಂದ ಮಜ್ಜಿಗೆಕೊಂಡು ಮುದ್ದೆಗಂಟಿನಲ್ಲಿದ್ದ ಮುದ್ದೆ ಮತ್ತು ಮೊಸರಾನ್ನವನ್ನು ಮನಃಪೂರ್ತಿಯಾಗಿ ಮೇಯ್ದ. ಮತ್ತೆ ಮುನ್ನಡೆದ ಮಹೇಂದ್ರ ಮೂವತ್ತು ಮೈಲುಗಳ ಮುಗಿಲೂರನ್ನು ಮಧ್ಯಾಹ್ನಕ್ಕೆ ಮುಟ್ಟಿದ. ಮುಗಿಲೂರಿನ ಮಧ್ಯಬೀದಿಯಲ್ಲಿ ಮಾರಮ್ಮನ ಮಂದಿರದ ಮಗ್ಗುಲಲ್ಲೇ ಮಾವ ಮಹೇಶ್ವರಪ್ಪನ ಮನೆಯಿತ್ತು. ಮಾವನ ಮಗಳು ಮೀನಾಕ್ಷಿಗಾಗಿ ಮಲ್ಲಿಗೆಯೊಡನೆ ಮುಗಿಲೂರಿನ ಮಧ್ಯಬೀದಿಯತ್ತ ಮಹೇಂದ್ರ ಮೆಲ್ಲನಡೆದ. ಮನೆಯ ಮುಂದೆಯೇ ಮಂಚದಲ್ಲಿ ಮಲಗಿದ್ದ ಮಹೇಶ್ವರಪ್ಪ ಮಹೇಂದ್ರನನ್ನೋಡಿ, ಮಮತೆಯಿಂದ ಮಾತಾಡಿಸಿ ಮನೆಯೊಳಗೊಯ್ದ. ಮಹೇಂದ್ರನೊಡನೆ ಮಹೇಶ್ವರಪ್ಪ, ಮಗಳು ಮೀನಾಕ್ಷಿ ಮತ್ತು ಮಡದಿ ಮಂಗಳಾ ಮಧ್ಯಾಹ್ನದೂಟ ಮುಗಿಸಿದರು. ಮಹೇಂದ್ರ ಮೀನಾಕ್ಷಿಯನ್ನೊಡುತ್ತಾ ಮುಗುಳ್ನಕ್ಕ. ಮೀನಾಕ್ಷಿಯ ಮೈಬಣ್ಣ ಮತ್ತು ಮೊಗಸಿರಿಗೆ ಮನಸೋತ ಮಹೇಂದ್ರ, ಮಾವನ ಮಗಳನ್ನು ಮೆಚ್ಚಿ ಮದುವೆಗೊಪ್ಪಿದ. ಮೀನಾಕ್ಷಿಯೂ ಮಹೇಂದ್ರನ ಮೈಬಣ್ಣ ಮತ್ತು ಮೈಕಟ್ಟಿಗೆ ಮನಸೋತಳು. ಮಹೇಂದ್ರ ಮಾರನೇದಿನವೇ ಮಾವಳ್ಳಿಗೆ ಮರಳಿದ. ಮರುವರ್ಷದ ಮಹಾನವಮಿಗೆ, ಮುನಿಯಪ್ಪ ಮತ್ತು ಮಹೇಶ್ವರಪ್ಪ ಮಕ್ಕಳ ಮದುವೆಯನ್ನು ಮಾವಳ್ಳಿಯ ಮನೆಯ ಮುಂದೆ ಮುನ್ನೂರು ಮಂದಿ ಮೆಚ್ಚುವಂತೆ ಮಾಡಿದರು.

- ಮುಕ್ತಾಯ"

ನಂತರ ಲೇಖನಗಳನ್ನು ಬರೆಯಲು ಶುರು ಮಾಡಿದೆ. ನನಗೆ ಆದಂತಹ ಅನುಭವಗಳು, ನನ್ನ ಬುದ್ಧಿಗೆ ನಿಲುಕಿದ ತರ್ಕಗಳು, ವಿಶ್ಲೇಷಣೆಗಳು, ನನ್ನ ಕನಸುಗಳು ಇವೆಲ್ಲ ನನ್ನ ಬರಹಕ್ಕೆ ವಸ್ತುಗಳು. 'ಚಿಲ್ಲರೆಗೂ ಚೌಕಾಸಿ', 'ಎಂದೂ ಮರೆಯದ ಆ ದಿನ', 'ಅವಕಾಶಗಳ ಬೆನ್ನೇರಿ', 'ನನ್ನ ಮನೆಯಲ್ಲಿ ನಾನೇ ಅತಿಥಿ', 'ಮಳೆ', 'ಮಾಯಾನಗರಿಯಲ್ಲಿ ಹೀಗೊಂದು ವಿದ್ಯಾರ್ಥಿ ನಿಲಯ', 'ನಾನ್ಯಾರು?', 'ಭಾರತ ದರಿದ್ರವೋ ಅಥವಾ ಮಹಾನ್?', 'ಧರ್ಮ ಪುಣ್ಯ ದುಡ್ಡಿನ ಧಣಿಗಳಿಗೆ ಮಾತ್ರವೇ?', 'ಕನಸುಗಳು ಕಂಟಿನ್ಯೂ ಆಗುತ್ತಾ?' ಹೀಗೆ ಅನೇಕ ಲೇಖನಗಳನ್ನು ಬರೆದೆ. ಇವುಗಳನ್ನು ಮತ್ತೊಂದು ಸಂಕಲನದಲ್ಲಿ ತರಲು ಪ್ರಯತ್ನಿಸುತ್ತೇನೆ. ಆದರೆ ನನಗಾದ ಅಚ್ಚರಿಯ ಸಂಗತಿ ಏನೆಂದರೆ, ಲೇಖನ ಮುಗಿಯುತ್ತಿದ್ದಂತೆ ನನ್ನೊಳಗಿನ ಒಬ್ಬ ಕವಿ ಜಾಗೃತವಾಗುತ್ತಿದ್ದ. ಆ ಲೇಖನದ ವಿಷಯ ಕುರಿತೇ ಕೆಲವು ಸಾಲುಗಳ ಕವಿತೆ ತಂತಾನೇ ಅನ್ನುವಂತೆ ಬಂದುಬಿಡುತ್ತಿತ್ತು. ಹಾಗೆ ಬಂದ ಕೆಲವು ಸಾಲುಗಳೇ ನನ್ನ ಮೊದಲ ಕವನಗಳು. 'ಅವಕಾಶಗಳ ಬೆನ್ನೇರಿ', 'ಹಕ್ಕಿ', 'ತುಂತುರು ಮಳೆ' ಇವುಗಳು ಲೇಖನ ಬರೆದ ನಂತರ ಹುಟ್ಟಿದ ಕವನಗಳು.

೧೩ ನೇ ತಾರೀಖು ನವೆಂಬರ್ ೨೦೧೩, ಅವತ್ತು 'ಪ್ರೀತಿ' ವಿಷಯ ಕುರಿತು ಏನಾದರೂ ಬರೆಯಬೇಕೆನ್ನಿಸಿತು. ಆದರೆ ಸಲೀಸಾಗಿ ಪೆನ್ನು ಓಡಿಸುವ ನನ್ನ ಕೈ, ಅವತ್ತು ಯಾಕೋ ಸ್ಟ್ರೈಕ್ ಗೆ ಕೂತಿತ್ತು ಅನ್ಸುತ್ತೆ. ಒಂದು ವಾಕ್ಯವನ್ನು ಪೂರ್ಣಗೊಳಿಸಲಾಗುತ್ತಿಲ್ಲ. ಕೆಲವು ನಿಮಿಷಗಳ ನಂತರ ಒಂದು ಯೋಚನೆ ಬಂತು, ಯಾಕೆ ಲೇಖನವನ್ನೇ ಬರಿಯಬೇಕು? ಡೈರೆಕ್ಟ್ ಪದ್ಯ ಬರೆದರೆ ಹೇಗೆ ಅಂತ. ಸ್ಫೂರ್ತಿ ಉಕ್ಕಿ ಬಂತು, ಆಗ ಬರೆದೆ 'ಸ್ವಪ್ನಲೋಕದ ಸುಂದರಿ'. ಇದೆ ನನ್ನ ಮೊದಲ ಪದ್ಯ ಎಂದು ಹೇಳಬಹುದು. ಇದಾದ ಮೇಲೆ ಬರೆದದ್ದು ಬಹುತೇಕ ಪದ್ಯಗಳೇ.

ಇಲ್ಲಿ ಪ್ರತಿ ಪದ್ಯ ಹೇಗೆ ಹುಟ್ಟಿತು ಅಂತ ಹೇಳುವ ಉದ್ದೇಶ ನನ್ನದಲ್ಲ. ಬದಲಾಗಿ ಕೆಲವು ಪದ್ಯಗಳ ಬಗ್ಗೆ ಮಾತ್ರ ಹೇಳುತ್ತೇನೆ. ಏಕೆಂದರೆ ತುಂಬಾ ಯುವ ಸಹೃದಯರು ನನ್ನನ್ನು ಹೆಚ್ಚಾಗಿ ಕೇಳುವ ಪ್ರಶ್ನೆ ಇದೇ, ನೀವು ಹೇಗೆ ಪದ್ಯ ಬರೆಯುತ್ತೀರಿ? ಯಾವ ಸಂದರ್ಭದಲ್ಲಿ ಈ ರೀತಿಯ ಭಾವ ಹುಟ್ಟುತ್ತೆ? ಮೊದಲು ಪ್ರಾರಂಭಿಸಿದ್ದು ಹೇಗೆ? ಇತ್ಯಾದಿ. ಸಾಹಿತ್ಯ ಲೋಕದ ಪರಿಚಯವಿದ್ದು, ಮೀಮಾಂಸೆ ತಿಳಿದುಕೊಂಡವರಿಗೆ ಇಂತಹ ಕುತೂಹಲದ ಪ್ರಶ್ನೆ ಬರದೇ ಇರಬಹುದು. ಆದರೆ ಹೊರಗಿನ ಎಷ್ಟೋ ಜನರಿಗೆ ಇಂತಹ ಕುತೂಹಲಗಳಿರುತ್ತವೆ, ಉತ್ತರ ಅಷ್ಟು ಸುಲಭವಾಗಿಯೂ ಸಿಗಲ್ಲ. ಅದಕ್ಕಾಗಿ ಕೆಲವು ಸಮಾಧಾನ ನನ್ನ ಈ 'ಕಾವ್ಯ ಪಯಣ'ದ ವಿವರಣೆಯಲ್ಲಿ ಸಿಕ್ಕರೆ ನನ್ನ ಈ ಪುಟ್ಟ ಪ್ರಯತ್ನಕ್ಕೆ ಸಾರ್ಥಕತೆ ಸಿಗುತ್ತದೆ.

ನನ್ನ ಎರಡನೇ ಪದ್ಯ 'ನೀ ದೂರ ಹೋದಾಗ'. ಇದು ಲೂಸಿಯಾ ಚಲನಚಿತ್ರದ 'ಆಟಕ್ಕುಂಟು ಲೆಕ್ಕಕ್ಕಿಲ್ಲ' ಹಾಡಿಗೆ ಪರ್ಯಾಯವಾದ ಸಾಹಿತ್ಯ. ಇದನ್ನು ಹಾಡಲೂಬಹುದು. ಇದೊಂದು ಹೊಸ ಪ್ರಯತ್ನ. ನಂತರದ ಪದ್ಯಗಳು ವಿವಿಧವಾದ ವಸ್ತುಗಳ ಮೇಲೆ ಬರೆದೆ. ನಿಸರ್ಗ, ಮಾನವ ಸಂಬಂಧಗಳು, ಪ್ರೀತಿ-ಬಾಂಧವ್ಯ ಇವೇ ಕೆಲವು ಮುಖ್ಯವಾದ ವಸ್ತುಗಳು ನನ್ನ ಕವನಗಳಿಗೆ. ನಡುವೆ ಕೆಲವೊಮ್ಮೆ ತತ್ವಗಳ ಅವಲೋಕನದ ಕುರಿತೂ ಬರೆದೆ. ಹಿಂದಿ ಭಾಷೆಯಲ್ಲೂ ಒಂದು ಪದ್ಯ ಬರೆದೆ. ಒಂದು ದಿನ ಏನೋ ಯೋಚಿಸುತ್ತ ಒಂದು ಚೌಪದಿ ಬರೆದೆ. ಅವತ್ತೇ ಅದೇ ಭಾವದಲ್ಲಿ ಸುಮಾರು ೧೫ ಚೌಪದಿಗಳು ನನ್ನ ಬಿಳಿ ಹಾಳೆಗಳನ್ನು ಸಿಂಗರಿಸಿದವು. ಇನ್ನು ಕೆಲವು ಪದ್ಯಗಳು ಗೆಳೆಯರ ಕೋರಿಕೆಯ ಮೇಲೆ ಬರೆದಂತವು. 'ಚಿಗುರಿದ ಪ್ರೇಮ', 'ಯಾರೇ ನೀ ನೀರೆ' ಅಂಥವು. ಎರಡು ಪದ್ಯಗಳು ಪೂರ್ವ ಲೇಖಕರು ಹಾಗೂ ಕವಿಗಳ ಪ್ರೇರಣೆಯಿಂದ ಬರೆದಂತವು. 'ಅಮ್ಮ ಹೇಳಿದ ಎಂಟು ಸುಳ್ಳುಗಳು' ಈ ಪದ್ಯ ಇದೇ ಶೀರ್ಷಿಕೆಯ ಕಥೆಯ ಪದ್ಯ ರೂಪ. 'ಸ್ತ್ರೀ ಎಂದರೆ ಅಷ್ಟೇ ಸಾಕೆ' ಈ ಪದ್ಯ ಶ್ರೀ ಜಿ. ಎಸ್. ಶಿವರುದ್ರಪ್ಪನವರು ತೀರಿಕೊಂಡ ದಿನ ಬರೆದದ್ದು. ತುಂಬಾ ಇಷ್ಟ ಪಡುತ್ತಿದ್ದ ಕವಿ ಇನ್ನಿಲ್ಲವೆಂಬ ಸುದ್ದಿ ಕೇಳಿದಾಗ ದುಃಖ ಉಮ್ಮಳಿಸಿ ಬಂತು. ಹಾಗೆ ಅವರ ಪದ್ಯವನ್ನೇ ಮುಂದುವರೆಸಬೇಕೆಂಬ ಭಾವ ಬಂದು ಈ ಪದ್ಯ ಮೂಡಿತು.

ಇನ್ನು ಒಂದು ಕವನದ ಬಗ್ಗೆ ಹೇಳಲೇಬೇಕು. ಅದು 'ಕಂದೀಲು'. ಈ ಹೊತ್ತಿಗೆಯ ಹೆಸರೂ ಅದೇ. ಎಲ್ಲೋ ಮತ್ತೆ ಮತ್ತೆ ನನ್ನನ್ನು ತನ್ನತ್ತ ಸೆಳೆಯುವ ಪದ್ಯ ಅದು. ಅದನ್ನು ಬರೆದದ್ದು ತುಂಬಾ ಆಕಸ್ಮಿಕ ಹಾಗೂ ಅನಿರೀಕ್ಷಿತ. ೨೦೧೬, ಆಗ ನಾನು ವಾಜಿರಂ ಆಂಡ್ ರವಿ ಸಂಸ್ಥೆಯಲ್ಲಿ ಐಎಎಸ್ ಗೆ ಓದುತ್ತಿದ್ದೆ. ನೀತಿಶಾಸ್ತ್ರದ ಕ್ಲಾಸ್ ಇತ್ತು. ತರಗತಿಗೆ ಹೋಗುವ ಮುನ್ನ ಹೊರಗಡೆ ಒಂದು ಜಾಹಿರಾತಿನ ಹಾಳೆ ಕೊಟ್ಟಿದ್ದರು. ಮಧ್ಯಾಹ್ನ ಆದ ಕಾರಣ ಯಾಕೋ ದಣಿವಾಗಿತ್ತು ಮತ್ತು ಕ್ಲಾಸ್ ಮೇಲೆ ಧ್ಯಾನ ಹೋಗುತ್ತಿರಲಿಲ್ಲ. ಮನಸ್ಸು ಅನಿಯಂತ್ರಿತವಾಗಿ ಎಲ್ಲೆಲ್ಲೋ ಓಡುತ್ತಿತ್ತು. ಆಗ ಪೆನ್ನು ತೆಗೆದುಕೊಂಡು ಆ ಜಾಹಿರಾತಿನ ಹಾಳೆ ಮಧ್ಯ ಮಧ್ಯ ಇರುವ ಗ್ಯಾಪ್ನಲ್ಲಿ ಗೀಚೋಕೆ ಶುರುಮಾಡಿದೆ. ಸುಮಾರು ಅರ್ಧ ಘಂಟೆ ಧ್ಯಾನದಲ್ಲಿ ಇರುವ ಹಾಗೆ ಅನಿಸಿತು, ಬೇರೇನೂ ಕೇಳುತ್ತಿರಲಿಲ್ಲ. ಬರೆದು ಮುಗಿಸಿದೆ. ಆಶ್ಚರ್ಯವೆಂದರೆ ಆ ಪದ್ಯದ ಎಲ್ಲ ಶಬ್ದಗಳೂ 'ಕ' ವರ್ಣದಿಂದ ಪ್ರಾರಂಭವಾಗುತ್ತಿದ್ದವು. ಇದೇನೂ 'ಮಹೇಂದ್ರನ ಮದುವೆ' ಥರ ಪೂರ್ವೋದ್ದೇಶದಿಂದ ಬಂದಿದ್ದಲ್ಲ. ಒಟ್ಟು ಬಂತು. ನಾನಂತೂ ಪದ್ಯ ಓದಿ ತುಂಬಾ ಖುಷಿಯಾದೆ, ನನ್ನ ಗೆಳೆಯರಿಗೂ ಓದಿಸಿದೆ, ಅವರೂ ಖುಷಿಪಟ್ಟರು. ಇದೆ ರೀತಿ ಒಂದು ವಿಭಿನ್ನ ಭಾವೋದ್ವೇಗದಲ್ಲಿ ಬಂದಂತಹ ಕವಿತೆ 'ಮೂಕ ಹಕ್ಕಿ ಹಾಡಿದಾಗ'.

೨೦೧೩ ರಲ್ಲಿ ಶುರುವಾದ ನನ್ನ ಕಾವ್ಯ ಪಯಣ ೨೦೧೭ ರ ವರೆಗೂ ಸಾಗಿ, ಈಗ ನಿಂತಿದೆ. ಹೊಸ ಸ್ಫೂರ್ತಿಗಾಗಿ, ಹೊಸ ದೃಷ್ಟಿಗಾಗಿ ಕಾಯುತ್ತಿದ್ದೇನೆ. ಮಧ್ಯದಲ್ಲಿ ಈಗಾಗಲೇ ಮಾಡಿದ ಸಾಹಿತ್ಯ ಕೃಷಿಯನ್ನೆಲ್ಲಾ ಈ ಹೊತ್ತಿಗೆಯಲ್ಲಿ ನಿಮ್ಮ ಮಡಿಲಿಗೆ ಹಾಕುತ್ತಿದ್ದೇನೆ. ಸಹೃದಯರು ಈ ಎಲ್ಲ ಕವಿತೆಗಳನ್ನು ಓದಿ ವಿಮರ್ಶಿಸಿ ಆನಂದಿಸಿದರೆ ನನ್ನ ಈ ಪ್ರಯತ್ನಕ್ಕೆ ಫಲ ದೊರೆತಂತೆ.

ತಮ್ಮ

- ಅಭಿಜಿತ್ ಕುಬೇರಪ್ಪ ಜಾಯಕ್ಕನವರ

abhijit.kj2@gmail.com

ಈ ಕೃತಿಯ ಕುರಿತು

ಭಾವಕೋಶದ ಬೆಳಕು ಈ 'ಕಂದೀಲು'

ನಮ್ಮ ಕಾರಾಗೃಹ ಮತ್ತು ಸುಧಾರಣಾ ಸೇವಾ ಇಲಾಖೆಯಲ್ಲಿ ಸಹಾಯಕ ಅಧೀಕ್ಷಕರಾಗಿ ಪ್ರಸ್ತುತ ಕೇಂದ್ರ ಕಾರಾಗೃಹ ವಿಜಯಪುರದಲ್ಲಿ ಕರ್ತವ್ಯ ನಿರ್ವಹಿಸುತ್ತಿರುವ ಶ್ರೀ ಅಭಿಜಿತ್ ಜಾಯಕ್ಕನವರ ಸರ್ ಬರೆದ 'ಕಂದೀಲು' ಪುಸ್ತಕವನ್ನು ನಾನು ಅಮೆಜಾನ್ನಲ್ಲಿ ತರಿಸಿಕೊಂಡಿದ್ದೆ.

ಇದನ್ನು ಓದುಗರಾದ ತಮ್ಮೊಂದಿಗೆ ಹಂಚಿಕೊಳ್ಳುತ್ತಿರುವೆ.

ಸಾಹಿತ್ಯ ಎಂಬುದು ಕೇವಲ ಅಕ್ಷರಗಳ ಜೋಡಣೆಯಲ್ಲ, ಅದು ಬದುಕಿನ ಅನುಭವಗಳ ಸಾರ. ಈ ಮಾತಿಗೆ ಉತ್ತಮ ಉದಾಹರಣೆಯಾಗಿ ನಿಲ್ಲುವುದು ನಮ್ಮ ಹೆಮ್ಮೆಯ ಸಾಹೇಬರು ಅಭಿಜಿತ್ ಸರ್ ಅವರ 'ಕಂದೀಲು' ಕವನ ಸಂಕಲನ. ಅಮೆಜಾನ್ನಿಂದ ಕೈಗೆ ತಲುಪಿದ 48 ಗಂಟೆಗಳಲ್ಲಿ ಓದಿ ಮುಗಿಸಿದೆ. ನನಗೆ ಅನ್ನಿಸಿದ ಕೆಲ ಮನಸಿನ ಮಾತುಗಳನ್ನು ತಮ್ಮೊಂದಿಗೆ ಹಂಚಿಕೊಳ್ಳುವೆ.

ಓದಿನ ಸಮಯದಲ್ಲೇ ಸಮಾಜದ ಕಷ್ಟ-ಸುಖಗಳನ್ನು ಹತ್ತಿರದಿಂದ ನೋಡುವ ಒಂದು ಸಂವೇದನಾಶೀಲ ಮನಸ್ಸು ಎಂತಹ ಸುಂದರ ಕವಿತೆಗಳನ್ನು ಕಟ್ಟಬಲ್ಲದು ಎಂಬುದಕ್ಕೆ ಈ ಪುಸ್ತಕವೇ ಸಾಕ್ಷಿ. ನಾನು ಒಬ್ಬ ಸಾಮಾನ್ಯ ಓದುಗನಾಗಿ ಈ ಪುಸ್ತಕವನ್ನು ಕೈಗೆತ್ತಿಕೊಂಡಾಗ ಮೊದಲು ಗಮನ ಸೆಳೆಯುವುದು ಇಲ್ಲಿನ ಭಾಷೆಯ ಸರಳತೆ. ಇಂದಿನ ದಿನಗಳಲ್ಲಿ ಸಾಹಿತ್ಯವೆಂದರೆ ಕಠಿಣ ಪದಗಳಿರಬೇಕು ಎಂಬ ಭ್ರಮೆಯ ನಡುವೆ, ಜನಸಾಮಾನ್ಯರ ಆಡುಭಾಷೆಯಲ್ಲೇ ದೊಡ್ಡ ಸತ್ಯಗಳನ್ನು ಹೇಳಿದ್ದಾರೆ. 'ಅವಕಾಶಗಳ ಬೆನ್ನೇರಿ' ಎಂಬ ಕವಿತೆಯಲ್ಲಿ ಸರ್ ಅವರು ಬರೆಯುವ ಸಾಲುಗಳು ಸೋತು ಕುಳಿತವನಿಗೂ ಎದ್ದು ನಿಲ್ಲುವ ಶಕ್ತಿ ನೀಡುತ್ತವೆ. ಬದುಕಿನಲ್ಲಿ ಬರುವ ಅವಕಾಶಗಳನ್ನು ಹೇಗೆ ಬಳಸಿಕೊಳ್ಳಬೇಕು ಎಂಬ ಬಗ್ಗೆ ಸರಳ ರೂಪಕಗಳ ಮೂಲಕ ಅವರು ವಿವರಿಸಿರುವ ರೀತಿ ಅನನ್ಯ.

ಈ ಕವನ ಸಂಕಲನದ ಮತ್ತೊಂದು ವಿಶೇಷವೆಂದರೆ ಭಾವನೆಗಳ ಆಳ. 'ಅನಾಥ' ಎಂಬ ಕವಿತೆಯನ್ನು ಓದುತ್ತಿರುವಾಗ ಓದುಗನ ಕಣ್ಣುಗಳು ತೇವವಾಗದಿದ್ದರೆ ಅದು ಆಶ್ಚರ್ಯವೇ ಸರಿ. ಹೆತ್ತವರನ್ನು ಕಳೆದುಕೊಂಡ ಮಗುವಿನ ಅನಾಥಪ್ರಜ್ಞೆಯನ್ನು ಅವರು ಕಟ್ಟಿಕೊಟ್ಟಿರುವ ರೀತಿ, ಅವರೊಳಗಿನ ಕರುಣಾಮಯಿಯನ್ನು ಪರಿಚಯಿಸುತ್ತದೆ. ಹಾಗೆಯೇ, ಪ್ರಾಣಿ ಪ್ರೇಮದ ಕುರಿತಾದ 'ದ್ವೇಷವೋ? ಪ್ರೀತಿಯೋ?' ಕವಿತೆಯು ನಮ್ಮ ಮನೆಯೊಳಗಿನ ಪುಟ್ಟ ಪ್ರಪಂಚದ ಪ್ರತಿಬಿಂಬದಂತಿದೆ.

ಸರ್ ಅವರು ಕೇವಲ ವೈಯಕ್ತಿಕ ಭಾವನೆಗಳಿಗೆ ಸೀಮಿತವಾಗದೆ ಸಾಮಾಜಿಕ ಕಾಳಜಿಯನ್ನೂ ತೋರಿಸಿದ್ದಾರೆ. 'ಸ್ತ್ರೀ ಎಂದರೆ ಅಷ್ಟೇ ಸಾಕೆ' ಎಂಬ ಕವಿತೆಯ ಮೂಲಕ ಹೆಣ್ಣಿನ ಅಸ್ತಿತ್ವ ಮತ್ತು ಅವಳ ಗೌರವದ ಕುರಿತು ಸಮಾಜಕ್ಕೆ ಮರುಚಿಂತನೆಯ ಕರೆ ನೀಡಿದ್ದಾರೆ. ಹೆಣ್ಣನ್ನು ಕೇವಲ ಒಂದು ಪಾತ್ರವಾಗಿ ನೋಡದೆ, ಶಕ್ತಿಯ ಮೂಲವಾಗಿ ಅವರು ಚಿತ್ರಿಸಿರುವುದು ಇಂದಿನ ಕಾಲಘಟ್ಟಕ್ಕೆ ಬಹಳ ಅವಶ್ಯಕವಾಗಿದೆ.

ಪುಸ್ತಕದ ಪುಟಗಳನ್ನು ತಿರುಗಿಸುತ್ತಿದ್ದರೆ ಕವಿತೆಗಳ ಜೊತೆಗೆ ಅವರೇ ಬಿಡಿಸಿದ ಸುಂದರವಾದ ಚಿತ್ರಗಳು ನಮಗೆ ಎದುರಾಗುತ್ತವೆ. ಸಾಹಿತ್ಯ ಮತ್ತು ಚಿತ್ರಕಲೆ ಎರಡೂ ಒಂದೇ ಮನಸ್ಸಿನಿಂದ ಬಂದಾಗ ಅದು ಎಂತಹ ಪ್ರಭಾವ ಬೀರುತ್ತದೆ ಎಂಬುದಕ್ಕೆ ಈ ಕೃತಿ ಸಾಕ್ಷಿ. ಇಲ್ಲಿನ ಚಿತ್ರಗಳು ಕವಿತೆಯ ಮೌನವನ್ನು ಮಾತನಾಡಿಸುತ್ತವೆ. ಇದು ಒಂದು ಥರ ಕವನ + ಕಥೆ + ಕಲೆ – ಈ ಮೂರನ್ನೂ ಒಂದೇ ಕೃತಿಯಲ್ಲಿ ಸವಿಯಲು ನಮಗಿರುವ ಅದೃಷ್ಟ ಎನ್ನಬಹುದು. 'ಕಂದೀಲು' ಕೇವಲ ಒಂದು ಪುಸ್ತಕವಲ್ಲ; ಅದು ಕತ್ತಲ ಹಾದಿಯಲ್ಲಿ ಸಾಗುವವರಿಗೆ ಸಣ್ಣ ಭರವಸೆ ನೀಡುವ ಬೆಳಕು. ಓದಿನ ಸಮಯದಲ್ಲಿ ಬರೆದ ಕಥೆ-ಕವನಗಳಾದರೂ, ಒಬ್ಬ ಅಧಿಕಾರಿ ಆಗಿ ಈಗ ಪುಸ್ತಕ ಪ್ರಕಟಿಸಿ ಕನ್ನಡ ಸಾಹಿತ್ಯ ಲೋಕವನ್ನು ಮತ್ತಷ್ಟು ಶ್ರೀಮಂತಗೊಳಿಸಿದ್ದಾರೆ.

ಇನ್ನು ಇದರಲ್ಲಿ ಕವನಗಳ ಜೊತೆ ಕೆಲ ಕಥೆಗಳನ್ನೂ ಕೂಡ ಬರೆದಿದ್ದಾರೆ. ಕಾಲೇಜು ದಿನಗಳಲ್ಲಿ ಬರೆದ ಪ್ರೇಮ ಪತ್ರದ ಸ್ಪರ್ಧೆಯಲ್ಲಿ ಬರೆದ 'ಪ್ರೇಮಪತ್ರ', ನನ್ನ ಗುರುಗಳಾದ ರವಿ ಬೆಳಗೆರೆ ಸರ್ ಅವರ ಹೇಳಿ ಹೋಗು ಕಾರಣ ಕಾದಂಬರಿಯ ವಿಮರ್ಶೆ, ಮತ್ತು ನಾನು ಇಡೀ ಪುಸ್ತಕದಲ್ಲಿ ಬಹಳ ಇಷ್ಟಪಟ್ಟ ಕಥೆಯೆಂದರೆ 'ಮಹೇಂದ್ರನ ಮದುವೆ'. ಈ ಕಥೆಯನ್ನು ನೀವು ಓದಿಯೇ ಅನುಭವಿಸಬೇಕು.

ಅವರ ಲೇಖನಿಯಿಂದ ಇಂತಹ ಇನ್ನೂ ಅನೇಕ ಕೃತಿಗಳು ಹೊರಬರಲಿ, ಸಾಹಿತ್ಯದ ಈ ಕಂದೀಲು ಸದಾ ಬೆಳಗುತ್ತಿರಲಿ ಎಂಬುದು ನನ್ನ ಆಶಯ.

– ಶ್ರೀ ಸಿದ್ಧಾರೂಢ ಎಂ ನಾವಿ

ಮುಖ್ಯ ವೀಕ್ಷಕರು

ಕೇಂದ್ರ ಕಾರಾಗೃಹ ವಿಜಯಪುರ

1. ಸ್ವಪ್ನ ಲೋಕದ ಸುಂದರಿ

(Paint by - Abhijit K Jayakkanavar)

ನಿನ್ನ ಬಿಂಬ ಕಂಡ ಮೇಲೆ
ಕಣ್ಣುಗಳದೆ ರಾಯಭಾರ ।
ನಿನ್ನ ಸನಿಹ ಪಡೆದ ಮೇಲೆ
ಬೇಕೇ ಬೇರೆ ವ್ಯವಹಾರ ।
ಕನಸಿನ ಲೋಕದ ಈ ಅಪ್ಸರೆಯ
ಒಲವ ಸಾಕಲು ಈ ಹೃದಯವು ಭಾರ ।।

ವಸಂತದ ಹಸುರಿನ ಚಿಗುರಿಗೆ
ಕಾನನದ ಕೋಗಿಲೆಯ ಇನಿದನಿಗೆ
ಯಾಕೆ ಬೇಕು ಕಾವಲುಗಾರಿಕೆ ।

ಪ್ರೇಮವರ್ಷವ ನಿನ್ನ ಮೇಲೆ ಸುರಿಸಲು
ಮನದ ಮಾತು ಮನಕೆ ನಾಟಿಸಲು
ಯಾಕೆ ಬೇಕು ಎದೆಗಾರಿಕೆ ।
ಸದಾ ಹರಿಯಲಿ ನಿನ್ನೊಲವು ನನ್ನಲಿ
ಈ ಜನ್ಮ ಸಾರ್ಥಕ ನೀನಿರಲು ಜೊತೆಯಲಿ ॥

ಕನಸಿನ ಚಿತ್ರಕೆ ನಿರ್ದೇಶನ
ಪ್ರೇಮಕ್ಕೊಂದು ನಿಕೇತನ
ಮಾಡ ಹೊರಟ ಮೂಢನಿಗೇನೆನ್ನಲಿ ।
ನಿನ್ನ ಪ್ರತಿ ಮಾತು ಶ್ರಾವ್ಯ
ನೀ ನಕ್ಕರೆ ಸುರಿವುದು ಸಾವಿರ ಕಾವ್ಯ
ಕೇವಲ ಸಾಲುಗಳಲ್ಲಿ ನಿನ್ನ ಹೊಗಳುವ ಕವಿಗೇನೆನ್ನಲಿ ।
ಸದಾ ಮೊಳಗಲಿ ನಿನ್ನ ನಾದ ಕರ್ಣದಲಿ
ಈ ಜನ್ಮ ಸಾರ್ಥಕ ನೀನಿರಲು ಜೊತೆಯಲಿ ॥

ಅರುಣನ ಕಾಣದೆ ಬೆಳೆದ ಪುಷ್ಪಗಳೆಷ್ಟೋ
ಅಂಧನು ಸವಿಯದಿರುವ ಸವಿನೋಟಗಳೆಷ್ಟೋ
ಅಂಧನಿಗೂ ಬೆಳಕ ತೋರಹೊರಟಿರುವ ದೇವಿ ನೀನು ।
ಸಾವಿರ ಹುಡುಗಿಯರಿದ್ದರೂ ಜಗದಲಿ
ಮನಸು ಸೆಳೆವುದು ಕೇವಲ ನಿನ್ನಲಿ
ನನ್ನ ಜೀವನದ ಆರಂಭ ನೀನು ಅಂತ್ಯ ನೀನು ।
ಸದಾ ದೇಹದಲಿ ನಿನದೇ ಆತ್ಮವಿರಲಿ
ನನ ಜನ್ಮ ಸಾರ್ಥಕ ನೀನಿರಲು ಜೊತೆಯಲಿ ॥

2. ಹುಟ್ಟಿದಳಮ್ಮ ನನಗೊಬ್ಬಳು ಮಗಳು

ಮಗಳೊಬ್ಬಳು ಹುಟ್ಟಿದರೆ, ಮನೆಯೇ ಮುಳುಗಿತೆಂದು ಮರಗುವ ಎಷ್ಟೋ ಅಪ್ಪಂದಿರ ಮಧ್ಯೆ , ಮಗಳೊಬ್ಬಳು ನನ್ನ ಮನೆಯನ್ನು ಬೆಳಗುವಳು, ಮಮತೆಯ ಸಾಗರವಾಗುವಳು ಎಂದು ಮಗಳನ್ನು ಬಯಸುವ ಅಪ್ಪಂದಿರನ್ನು ನಾವು ಈ ಸಮಾಜದಲ್ಲಿ ನೋಡುತ್ತೇವೆ . ಮಗಳು ಹುಟ್ಟಿದ ಸಂದರ್ಭದಲ್ಲಿ ಅಂತಹ ಒಬ್ಬ ತಂದೆಯ ಸಂಭ್ರಮ ಸಡಗರವನ್ನು , ವಿವರಿಸಲಾಗದ ಸಂತೋಷವನ್ನು , ಕೊನೆತನಕ ಕಣ್ಣ ರೆಪ್ಪೆಯಂತೆ ಜೋಪಾನ ಮಾಡುವ ಹಂಬಲವನ್ನು , ಮಗಳ ಮುದ್ದು ಮೊಗದ ನಗೆಯಲ್ಲಿ , ತನ್ನೆಲ್ಲ ದುಃಖವನ್ನು ಮರೆಯುವೆ ಎಂಬ ಆಶ್ವಾಸನೆಯನ್ನು , ನನ್ನ ಈ ಪುಟ್ಟ ಕವಿತೆಯಲ್ಲಿ ಬಣ್ಣಿಸುವ ಪ್ರಯತ್ನ ಮಾಡಿದ್ದೇನೆ. ಹುಟ್ಟಿದಳಮ್ಮ ನನಗೊಬ್ಬಳು ಮಗಳು . . .

ಶಶಿಯ ಹೋಲುವ ಮೊಗ ಚಂದ
ಸದಾ ನಗುವ ತುಟಿ ಚಂದ
ಎಷ್ಟು ಸೊಗಸು ಪುಟ್ಟ ಮಗುವಿನ ಭಾವಗಳು
ಹುಟ್ಟಿದಳಮ್ಮ ನನಗೊಬ್ಬಳು ಮಗಳು ।

ಮನೆ ಬೆಳಗಮ್ಮ ನೀನು
ನಿನ್ನನ್ನು ಜ್ಯೋತಿ ಎಂದು ಕರೆಯಲೇ
ಭಾಗ್ಯ ಭರಿಸಮ್ಮ ನೀನು
ನಿನ್ನನ್ನು ಲಕ್ಷ್ಮೀ ಎಂದು ಕರೆಯಲೇ
ಜ್ಞಾನ ಸ್ವರೂಪಿಯಾಗು ನೀನು
ನಿನ್ನನ್ನು ವಿಧ್ಯಾಧರೆ ಎಂದು ಕರೆಯಲೇ
ಹೆಸರು ಹೆಸರಿಗೊಂದು ಗುಣಗಳು
ನಗುವೊಂದು ಹೆಸರು ಕೊಟ್ಟರೆ ಕೊಟ್ಟಿತೊಂದು ಅಳು
ಪುಟ್ಟ ಕಂದನ ಹೆಸರಿಡಲು ನೂರು ಸಲಹೆಗಳು

ಏನೆಂದು ಹೆಸರಿಡಲಿ ನಿನಗೆ ನೀನೇ ಹೇಳು
ಹುಟ್ಟಿದಳಮ್ಮ ನನಗೊಬ್ಬಳು ಮಗಳು ।

ನೀ ನಕ್ಕರೆ ಸಾಕಮ್ಮ
ಅದೇ ನನಗೆ ಬೆಳ್ಳಿ ಬಂಗಾರ
ಬಾಚಿ ತಬ್ಬಿಕೊಂಡರೆ ಎನ್ನ
ದಿನದ ದಣಿವೆಲ್ಲ ದೂರ
ನೀ ಜನಿಸಿದ ಘಳಿಗೆಯಿಂದ
ಸಡಗರವೋ ಸಡಗರ
ನಡೆಯುವೆ ಜೊತೆ ನಾ ನಿನ್ನ ನೆರಳು
ನಗುತಿರು ನನ್ನೊಂದಿಗೆ ನೀ ಹಗಲಿರುಳು
ಬರೀ ಮಗಳೆನ್ನುವ ನಿನ್ನ ಈ ಜಗವೇ ಮರುಳು
ನಿನಗಾಗಿಯೇ ಬದುಕುವೆ ನಾ ನೀನೆ ನನ್ನ ಬಾಳು
ಹುಟ್ಟಿದಳಮ್ಮ ನನಗೊಬ್ಬಳು ಮಗಳು ॥

3. ನೀ ಜೊತೆ ಬರುವೆಯಾ ?

(Paint by - Abhijit K Jayakkanavar)

ಖಗಗಳ ಸವಿಗಾನ
ಇಳಿಸಂಜೆಯ ಹೊಂಗಿರಣ
ತಂಗಾಳಿಯ ಸೋಕು
ಬೆಳದಿಂಗಳ ಬೆಳಕು
ಮಾಡೀತೆಂದು ಧಕ್ಕೆ
ನಮ್ಮೀ ಏಕಾಂತಕೆ
ಜಗದಾಚೆಗೊಂದು ಮನೆಯ ಮಾಡುವೆ ಗೆಳತಿ
ನೀ ಜೊತೆ ಬರುವೆಯಾ ?

ಸೂರ್ಯ ಚಂದ್ರ ಒಂದು ಭ್ರಾಂತಿ
ಸದಾ ಬೆಳಗೇ ನಿನ್ನ ಕಾಂತಿ
ಕಳೆದು ಹೋಗಿರಲು ನಿನ್ನೊಳು
ಬೇಕೆತಕೆ ಹಗಲು ಇರುಳು
ಹಗಲೊಂದು ಹಾಕಿತು ಕಡಿವಾಣ
ಇರುಳೊಂದು ತಾಳಿತು ಮೌನ
ಜಗದಾಚೆಗೊಂದು ಮನೆಯ ಮಾಡುವೆ ಗೆಳತಿ
ನೀ ಜೊತೆ ಬರುವೆಯಾ ?

ಭೂಮಿ ಮೇಲೆ ಜಾತಿ ನೀತಿ
ಭೂಮಿಯಾಚೆ ಯಾವ ಭೀತಿ
ನಾನು ನೀನು ನಮದೇ ಲೋಕ
ಪ್ರೀತಿಸುವರಿಗಾವ ನಾಕ ನರಕ
ಬೇಡ ಇಂಥ ಜಗದ ಸಹವಾಸ
ಎಲ್ಲಿ ಪ್ರೀತಿ ಎಂಬುದೇ ವಿಪರ್ಯಾಸ
ಜಗದಾಚೆಗೊಂದು ಮನೆಯ ಮಾಡುವೆ ಗೆಳತಿ
ನೀ ಜೊತೆ ಬರುವೆಯಾ ?

4. ಮುಳ್ಳು ಒಂದು ಹೂವಿಗೆ ಕೇಳಿತು

ಮುಳ್ಳು ಒಂದು ಹೂವಿಗೆ ಕೇಳಿತು ...
ನಿನ್ನ ಸೌಂದರ್ಯಕ್ಕೆ ಸಾಟಿಯರು ?
ನನ್ನ ರೂಪ ದ್ವೇಷಿಸದವರಾರು ?
ನಿನ್ನದು ನಗು ಮುಖ ಮೃದು ಕಾಯ
ನನ್ನದು ಒರಟು ದೇಹ ಮುಟ್ಟಿದರೆ ಗಾಯ
ಆದರೂ ನೀ ನನ್ನ ಜೊತೆಯಿರುವೆ ಸದಾ
ನಾನಾರು ನಿನಗೆ ?

ಹೂವು ಒಂದು ಮುಳ್ಳಿಗೆ ಕೇಳಿತು ...
ನನ್ನ ಸೌಂದರ್ಯ ನಿನ್ನ ರೂಪದಿಂದ
ನಿನ್ನಳಿಯುವ ಜಗವೇ ಕುರುಡು ಹೃದಯದಿಂದ
ನಾ ನಗುವೆ ನಗಿಸಲು ನಿನ್ನ
ನಿನ್ನ ಒರಟು ಕಾಯುತಿದೆ ನನ್ನ
ನಿನ್ನ ಬದುಕೇ ಮುಡಿಪಾಗಿಟ್ಟಿರುವೆ ನನಗಾಗಿ
ನಾನಾರು ನಿನಗೆ ?

ಈ ಮೂಖ ಸಂಭಾಷಣೆಗೆ ಸಾಕ್ಷಿಯಾದ ನನ್ನ ಮನ ಹೂ ಮುಳ್ಳಿಗೆ ಕೇಳಿತು ?
ಕೇಳಿದೆ ನಿಮ್ಮ ಸಂಭಾಷಣೆಯ ಸಾರ
ತ್ಯಾಗವೇ ನಿಮ್ಮ ಪ್ರೀತಿಯ ಆಧಾರ
ಒಬ್ಬರ ನಗು ಇನ್ನೊಬ್ಬರ ಸಂತೋಷಕ್ಕೆ
ಸಾಧ್ಯವೇ ನಮಗೆ ನಿಮ್ಮಂತೆ ಪ್ರೀತಿಸೋಕೆ
ಏಕೆ ಮನ ಬಯಸಿತು ಕೇಳಲು ನಿಮ್ಮ ಮೌನದ ಮಾತು
ನಾನಾರು ನಿಮಗೆ ?

5. ಕನ್ನಡ

ಶ್ರೀಗಂಧವೇ ಹರಡಿರುವಾಗ ಹವೆಯಲಿ
ಉಸಿರಾಡುವೆ ನಾ ಕನ್ನಡ

ನೆತ್ತರಿನ ಕಣಕಣದಲೂ
ಬಿತ್ತಿಕೊಳ್ಳುವೆ ನಾ ಕನ್ನಡ

ಎನ್ನಡ ಎಕ್ಕಡ ಎಂದರೂ ನಾಲಿಗೆ
ಮನ ನುಡಿವುದು ಕನ್ನಡ

ಜಗ ಸುತ್ತಿದರೂ ಮೂರೊತ್ತಿನ ಕೂಳಿಗೆ
ಉಸಿರಿರುವ ತನಕ ನುಡಿವೆ ನಾ ಕನ್ನಡ

ಮಾತಾದರೂ ಮತ್ತೊಂದು ಭಾಷೆ
ಭಾವನೆಗಳು ಮಾತ್ರ ಕನ್ನಡ

ಅರಿತ ವಾಸ್ತವ ವಿಧವಾದರೂ
ಅರಿಯದ ಕನಸು ಕನ್ನಡ

ಜಗದ ಬಂಧ ಮುಗಿವ ಮುನ್ನ
ಎನ್ನ ಕೊನೆ ಮಾತಾಗಲಿ ಕನ್ನಡ ॥

6. ನೀ ಬಂದೆಯಾ ಚಂದಿರ ?

(Paint by - Abhijit K Jayakkanavar)

ಈ ಕಣ್ಣ ಹನಿಗೆ ಕಾರಣ ಕೇಳಲು
ನೀ ಬಂದೆಯಾ ಚಂದಿರ ?

ನದಿಯನ್ನೇ ಹುಡುಕಿಕೊಂಡು
ಸಾಗರ ಬಂದಂತೆ
ಭಕ್ತನನ್ನೇ ಆರಾಧಿಸುತ
ದೇವರು ನಿಂದಂತೆ
ಮಧುರಮೌನಿ ನನ್ನ ಹೂವು ಅರಳಿತಿಂದು ನನಗಾಗಿ
ವೀಣೆ ತಂತಾನೆ ಶೃತಿಗೊಂಡು
ನಾದ ಹೊರಡಿಸಿದಂತೆ ॥

ಓ ಚಂದಿರ,
ಹಾಡು ಮುಗಿದರೂ
ತಲ್ಲಣಿಸುತಿದೆ ಅದರ ಮಾಧುರ್ಯ
ತಪ್ತ ಮನಸಿಗೆ
ನಿನದಲ್ಲದೆ ಮತ್ತಾರ ಸಹಚರ್ಯ
ಯಾವ ಜನುಮದ ಬಾಂಧವನೋ ನೀನು
ನನ್ನ ಮನದಾಳ ಆಲಿಸುತಿರುವೆ
ನಾ ನೋಡು ಮಂತ್ರಮಗ್ನನಾಗಿ ಪರವಶನಾಗಿ
ನಿನ್ನಲೂ ನನ್ನ ಹೂವನ್ನೇ ಕಾಣುತಿರುವೆ ॥

ಹೂವೇ,
ಕಣ್ಣಂಚಿನ ಹನಿಯಲಿ ನೀ ತೇಲುತಿರುವೆ
ಕಣ್ಮುಚ್ಚಿದರೆ ಎಲ್ಲಾದರೂ ಬಿದ್ದು ಬಿಡುವೆ
ಅನ್ನೋ ಭೀತಿಯಲಿ ಒದ್ದಾಡುತಿರುವೆ
ನನ್ನ ಹೂವು ಬಾಡದಿರಲಿ
ಜೀವಸೆಲೆಯನ್ನೇ ಎರೆದು ಕಾಪಾಡುವೆನು
ನನ್ನ ಹೂವು ಬೀಳದಿರಲಿ
ಕಣ್ಣು ಬತ್ತಿದರೂ ಕಣ್ಪಿಳುಕಿಸದೆ ನಾ ನಿಲ್ಲುವೆನು ॥

ಈ ನಿಲುವಿಗೆ ಕಾರಣ ಕೇಳಲು
ನೀ ಬಂದೆಯಾ ಚಂದಿರ ?

7. ಹಿಂದಿರುಗಿ ನೋಡೆನ್ನ

ನನ್ನ ಮನದ ಅಂಗಳದಿ
ನೆಟ್ಟೆನು, ಪುಟ್ಟ ಮಲ್ಲಿಗೆಯ ಸಸಿಯನೊಂದು
ಒಲವ ಪನ್ನೀರು ಬೊಕ್ಕಸದಿ
ಎರೆದು, ಮುತ್ತಿಟ್ಟೆ ಮೊದಲ ಮೊಗ್ಗಿಗೊಂದು
ಅನುರಾಗ ಅರಳಿ ಆಗಸದಿ
ಸೇರಲು, ಬಯಸಿದೆ ಹೂ ಕೆಳನೋಡಲೆಂದು
ಇತ್ತ ಪ್ರೀತಿ ಮರೆತು ಮನದಿ
ಸಾಗಲು, ನೋಡೊಮ್ಮೆ ನೀ ಹಿಂತಿರುಗೆಂದು
ಕಾಯುವೆ ನಾ, ನಿಂತಲ್ಲೇ ನಿಂದು, ಅಭಿಮಾನವ ಕೊಂದು, ವಿರಹದಿ ಬೆಂದು,
ಮನದಲಿ ನೊಂದು. ನೊಂದು.. ನೊಂದು...

8. ಕಂದೀಲು

ಕಾಣಬಹುದೇ ಕನಸೊಂದನ್ನು ಕಣ್ಮುಚ್ಚದೆ?
ಕಂಡೆನಾ ! ಕಂಡೆನಾ ! ಕನಸೊಂದಂಥದ್ದನ್ನು
ಕನಸು ಕನಸು ಕರಾಳ ಕಪ್ಪು ಕನಸು

ಕಣ್ಣು ಕಟ್ಟಿ ಕಾನನಕ್ಕೆ ಕರೆದೊಯ್ಯುತ್ತಿತ್ತು
ಕೋಗಿಲೆಯ ಕಂಠದ ಕಂಪನವೇ
ಕರೆಯೋಲೆಯಾಗಿತ್ತು
ಕಣ್ಮುಚ್ಚಿಯೇ ಕಾಲ್ನಡೆದವು ಕಾನನದ ಕಡೆಗೆ

ಕತ್ತಲೆ ಕತ್ತಲೆ ! ಕಾನನದ ಕಿರುದಾರಿಯಲ್ಲಿ
ಕೈಹಿಡಿದು ಕರೆದೊಯ್ಯಬಾರದೆ
ಕುರುಡನ ಕರೆದವರು ?
ಕೂಗುತ್ತಿದ್ದೇನೆ ಕಷ್ಟದಲಿ ಕೇಳುವವರಾರು
ಕರೆದ ಕೋಗಿಲೆಯೂ ಕಿವುಡೆ ?

ಕೇಳು ಕೋಗಿಲೆಯೆ ಕೇಳು ಕಾಕವೆ ಕೇಳು ಕರಿಯೆ
ಕರೆದು ಕುರುಡನ
ಕಗ್ಗತ್ತಲ ಕಾಡಿನ ಕಿರುದಾರಿಯಲಿ
ಕೈಬಿಡಬಹುದೇ ?

ಕರಾಳ ಕುಟಿಲ ಕಾನನ !
ಕೆರಳುತ್ತಿದೆ ಕತ್ತಲಿರುಳಲಿ
ಕಾಡುಮೃಗಗಳ ಕೂಗು
ಕಂಟಕಾಂಡಗಳ ಕಾದಾಟ ಕಡಿದಾಟ
ಕೋಗಿಲೆಯ ಕಂಠದ ಕಂಪೂ ಕುಸಿಯುತಿದೆ

ಕಾನನದೀ ಕ್ರೂರ ಕಠೋರ ಕಲರವಕೆ
ಕೇವಲ ಕುಬ್ಜಮಾನವನ ಕಾಲು ಕಂಪಿಸದೆ
ಕಡಿದೋಡಬಹುದೇ ಕರಾಳವೀ ಕತ್ತಲವ

ಕೈ ಕಾಲು ಕಂಪಿಸಿದವು
ಕುಸಿದೆನಾ ಕಾಲ್ದಾರಿಯಲಿ
ಕುರುಡನಾ ಕಂದೀಲಿಗಾಗಿ ಕರೆದೆ
ಕಂದೀಲು.. ಕಂದೀಲು.. ಕಂದೀಲು..
ಕುರುಡನಿಗೆಂಥ ಕಂದೀಲು
ಕೇಕೇ ಕೇಳಿಸತೊಡಗಿದವು ಕರ್ಕಶವಾಗಿ ಕಿವಿಗೆ

ಕುಂದೆನಾ
ಕೈಕಾಲಷ್ಟಲ್ಲದೆ ಕಾಯವೂ ಕುಸಿದು ಬಿದ್ದೆ
ಕತ್ತಲಲಿ ಕುಸಿದನಾ ಕನಸಲೆದ್ದೆ
ಕಂದೀಲಿತ್ತು ಕಣ್ಮುಂದೆ
ಕಾಲ್ದಾರಿಯೂ ಕಾಣುತ್ತಿತ್ತು ಕಾನನಕ್ಕೆ

ಕತ್ತಲಲ್ಲೂ ಕುಸುಮದ ಕಂಪು
ಕಾಯವ ಕೆರಳಿಸಿತ್ತು
ಕೋಗಿಲೆಯ ಕಂಠ ಕಂಪಿಸತೊಡಗಿತ್ತಿನ್ನೊಮ್ಮೆ
ಕರ್ಣದಲಿ ..

ಕಾಲ್ನಡೆದಿತ್ತು ಕಾನನಕ್ಕೆ
ಕೋಗಿಲೆಯು ಕರೆದೆಡೆಗೆ
ಕಂದೀಲಿತ್ತು ಕುರುಡನ ಕಣ್ಮುಂದೆ

ಕುರುಡನ ಕಂದೀಲನು
ಕಂಡೆನಾ ಕಣ್ತೆರೆದ ಕನಸಲಿ
ಕಂಡೆನಾ ಕನಸೊಂದನ್ನು ಕಣ್ಮುಚ್ಚದೆ

ಕಂಡೆನಾ ಕನಸೊಂದನ್ನು ಕಣ್ಮುಚ್ಚದೆ।

ಕಂದೀಲು ಕಂದೀಲು
ಕಣ್ಮುಚ್ಚಿದರೂ ಕಂದೀಲು ಕಣ್ತೆರೆದರೂ ಕಂದೀಲು
ಕಳೆಗುಂದುತ್ತಿಲ್ಲ ಕತ್ತಲನ್ನು ಕಡೆಯುತ್ತಿದೆ
ಕಿರಿದಾದರೂ ಕಂಗೊಳಿಸುತ್ತಿದೆ
ಕುರುಡನ ಕಣ್ಣಿಗೆ
ಕಾನನದ ಕತ್ತಲಲಿ ಕಂಡಾವುದೀ
ಕಂದೀಲು.. ???

೯. ಹೊಸ ವರುಷ

ಹೊಸ ವರುಷದ ಶುಭ ಘಳಿಗೆ
ತುಂಬಲಿ ನವಚೈತನ್ಯ ಮನಮನಕೆ ।

ಮುಗಿಯಲಿರುವ ವರುಷದ ದೀವಿಗೆ
ದಾರಿದೀಪವಾಗಲಿ ಹೊಸ ಏಳಿಗೆಗೆ ।

ಕಳೆದುಹೋಗಲಿ ಕಹಿಗಳು
ಕೈಹಿಡಿಯಲಿ ಸಿಹಿಗಳು ।

ಹೊಸ ಹೊಸ ಕನಸುಗಳನು ಈ ವರುಷ ತರಲಿ
ಕನಸುಗಳತ್ತ ಸಾಗಲು ಆ ದೇವರು ದಾರಿ ತೋರಲಿ ।

ಏ, ಹಳೆ ವರುಷವೇ,
ಜೀವನದೊಂದು ಮೆಟ್ಟಿಲೆರಿಸಿದ್ದಕ್ಕೆ ಧನ್ಯವಾದಗಳು ।

ಖುಷಿಯಿಂದ ಬರಮಾಡಿಕೊಳ್ಳೋಣ ನವ ವರ್ಷವ
ಎಲ್ಲರಿಗೂ ಹೊಸ ವರುಷದ ಹಾರ್ದಿಕ ಶುಭಾಶಯಗಳು ॥

10. ಪ್ರೇಮದೋಲೆ

ಕಾಲೇಜಿನಲ್ಲಿ ಪ್ರೇಮಪತ್ರ ಸ್ಪರ್ಧೆಯಲ್ಲಿ ಬರೆದದ್ದು - ಕೊಟ್ಟ ಸನ್ನಿವೇಶದ ಮೇಲೆ ಪ್ರೇಮಪತ್ರ ಬರೆಯುವ ಸ್ಪರ್ಧೆ.

ನಲುಮೆಯ ಅರ್ಧಾಂಗಿ,

ನಮ್ಮ ವಿವಾಹದ ತರುವಾಯ ಇದು ನನ್ನ ಮೊದಲ ಓಲೆ ನಿಮಗಾಗಿ. ದೂರವಾಣಿ ಮುಖಾಂತರ ಕುಶಲೋಪರಿಗಳನ್ನು ವಿನಿಮಯ ಮಾಡಿಕೊಂಡರೂ, ಮನದ ಕೆಲವು ಭಾವಗಳನ್ನು ಹೇಳಲಾಗಲಿಲ್ಲ. ನಿಮ್ಮ ಧ್ವನಿಯನ್ನು ಕೇಳುತ್ತಲೇ, ನನ್ನ ಮನದ ಮಾತುಗಳೆಲ್ಲ, ಆ ಧ್ವನಿಯು ಉಂಟುಮಾಡಿದ ಕಂಪನಕೆ ನಡುಗಿ, ಮನಸ್ಸಿನ ಮೂಲೆ ಮೂಲೆಗಳಲ್ಲಿ ಅಡಗಿ ಕುಳಿತವು . ಅದಕ್ಕಾಗಿ ಈ ಓಲೆಯಲ್ಲಿ, ಆ ಮೂಲೆಗಳಲ್ಲಿರುವ ಮಾತುಗಳನ್ನೆಲ್ಲ ಹೆಕ್ಕಿ ತೆಗೆದಿರಿಸುತ್ತಿದ್ದೆನೆ.

ನಿಮಗೆ ನೆನಪಿದೆಯಾ? ನಮ್ಮ ಮೊದಲ ಪರಿಚಯ ಪತ್ರದ ಮೂಲಕವೇ ಎಂದು. ನನ್ನ ನೆನಪಿನ ಸಾಗರದಲ್ಲಿ ಆ ಪತ್ರದ ಪ್ರತಿ ಅಕ್ಷರಗಳೂ ಅಚ್ಚಳಿಯದೇ ಮುತ್ತಿನಂತೆ ಬಿತ್ತರಿಸಿಕೊಂಡಿವೆ. ಪ್ರಥಮ ಪತ್ರದಲೀ, ನಾ ಬರೆದ ಕವನಕೆ ಮೆಚ್ಚುಗೆ ವ್ಯಕ್ತಪಡಿಸಿ, ನೀವು ಉತ್ತರ ಬರೆದದ್ದು, ಮುಂದಿನ ಭೇಟಿಯಲ್ಲಿ ಆ ಕವನಕ್ಕೆ ರಾಗ ಭಾವ ಪ್ರೀತಿ ತುಂಬಿ, ನಿಮ್ಮ ಮಧುರ ಕಂಠದಿಂದ ಆ ಕವನವನ್ನು ಹಾಡಿದ್ದು, ಹಾ! ಪ್ರತಿ ಕ್ಷಣಗಳೂ ಅಮರ. ಆ ಹಾಡಂತೂ ಇನ್ನೂ ನನಗೆ ಕೇಳಿಸುತ್ತಿದೆ. ಎಂಥಹ ಕಂಠ, ಎಂಥಹ ಭಾವಭರಿತ ಲಹರಿ, ಅಬ್ಬಾ! ಆ ಕವನವನ್ನು ಅಷ್ಟು ಚೆನ್ನಾಗಿ ನಾನು ಬರದಿದ್ದೆನೆ ಎಂಬ ಸಂದೇಹ ಉಂಟಾಗಿತ್ತು ನನಗೆ. ಆದರೆ ಅದು ಸುಳ್ಳು. ಆ ಕವನದ ಪ್ರತಿ ಅಕ್ಷರಕ್ಕೂ ಜೀವ ಸಿಕ್ಕಿದ್ದು ನಿಮ್ಮ ಕಂಠದಲ್ಲಿ. ಆ ಕವನವೇ ಧನ್ಯ. ತದನಂತರ ಪತ್ರಗಳು, ಪ್ರತ್ಯುತ್ತರಗಳು, ವರ್ಷಗಳೇ ಉರುಳಿದವಲ್ಲ! ಈ ಪತ್ರಗಳೇ ನಮ್ಮ ಸಂಭಂದವನ್ನು ಬೆಸೆದುದ್ದಕ್ಕೆ, ಜೀವನದ ಕೊನೆವರೆಗೂ ನಿಮಗೆ ಓಲೆ ಬರೆಯಬೇಕೆಂದಿದ್ದೇನೆ. ನಮ್ಮ ಈ ವೈವಾಹಿಕ ಜೀವನದ ಸುದೀರ್ಘ ಪುಸ್ತಕಕ್ಕೆ ಈ ಮೊದಲ ಪತ್ರವೇ ಮುನ್ನುಡಿ.

ಮನೆಯಲ್ಲಿ, ಮದುವೆ ಸಂಭ್ರಮದಲ್ಲಿ, ಬಂಧು-ಬಳಗದ ಗುಂಪಿನಲ್ಲಿ, ನವ ಸಂಭಂದಗಳ ಸಡಗರದಲ್ಲಿ, ಮಿತ್ರರ ಉಡುಗೊರೆಗಳ ಮಧ್ಯೆ ಏಕಾಂತ ಸಿಗದೇ, ನಿಮಗೆಂದೇ ಹೇಳಬೇಕಾಗಿದ್ದ ಎಷ್ಟೋ ಮಾತುಗಳನ್ನು ನನ್ನೊಳಗೆ ನಾನೇ ಹೇಳಿಕೊಂಡಿದ್ದೇನೆ. ನನ್ನ ಈ ಅನಿರೀಕ್ಷಿತ ವಿದೇಶ ಪ್ರಯಾಣ, ಅದೂ ವಿವಾಹವಾದ ವಾರದಲ್ಲೇ, ನನಗೆ ತುಂಬಾ ನೋವನ್ನುಂಟು ಮಾಡಿದೆ. ನಿಮಗೂ ಕೂಡ ಹೀಗೇ ಆಗುತ್ತಿರಬಹುದೆಂದು ಭಾವಿಸುತ್ತೇನೆ. ಕೆಲವೇ ವಾರಗಳು, ನನ್ನ ಈ ಕೆಲಸ ಮುಗಿಯುತ್ತಿದ್ದಂತೆಯೇ ಭಾರತಕ್ಕೆ ಹಿಂದಿರುಗುತ್ತೇನೆ. ಆ ಕ್ಷಣಕ್ಕಾಗಿ ಸದಾ ಎದುರು ನೋಡುತ್ತಾ ಚಡಪಡಿಸುತ್ತಿದೆ ನನ್ನ ಹೃದಯ.

ಇಲ್ಲಿನ ವಸ್ತುಗಳು, ರಸ್ತೆಗಳು, ಗಿಡ-ಮರಗಳು, ಪುಟ್ಟ ಮಕ್ಕಳ ಆಟಗಳು, ತಂಗಾಳಿಯ ತಣ್ಣನೆ ಭಾವ ಎಲ್ಲವೂ ನನ್ನ ಭಾರತವನ್ನೇ ನೆನಪಿಸುತ್ತಿದೆ. ಆದರೆ ಸಂಭಂದಗಳನ್ನು ಹೊರತುಪಡಿಸಿ. ಯಾರೂ ಯಾರನ್ನೂ ಕೆಲಸದ ವಿನಃ ಇಲ್ಲಿ ಮಾತನಾಡಿಸುವುದಿಲ್ಲ. ಸ್ವಕೀಯತೆಗೆ ಬೆಲೆ ಜಾಸ್ತಿ ಇಲ್ಲಿ. ಆಫೀಸಿನಲ್ಲಿ ಕೆಲಸ ಮುಗಿದನಂತರ ಒಬ್ಬನೇ ತಿರುಗುತ್ತಿರುತ್ತೇನೆ. ಈ ಪ್ರಕೃತಿಯ ಸೌಂದರ್ಯವನ್ನು ನನ್ನ ನೆನಪಿನ ಸಾಗರದಲ್ಲಿ ಹಾಗೆಯೇ ನನ್ನ ಕ್ಯಾಮೆರಾದಲ್ಲಿ ಸೆರೆಹಿಡಿಯುತ್ತ ಕಾಲ ಕಳೆಯುತ್ತಿದ್ದೇನೆ. ನಿನ್ನೆ ಒಂದು ಘಟನೆ ನೋಡಿದ ನಂತರ, ನಿಮ್ಮ ನೆನಪು ತುಂಬಾ ಕಾಡಹತ್ತಿತು. ದೂರವಾಣಿಯಲ್ಲಿ ಮಾತನಾಡಿದರೂ ಸಮಾಧಾನವಾಗುವುದಿಲ್ಲವೆಂದು ಈ ಪತ್ರ ಬರೆಯುತ್ತಿದ್ದೇನೆ. ಇಬ್ಬರು ಪ್ರೇಮಿಗಳು ರಸ್ತೆಯ ಮಧ್ಯೆ ಒಬ್ಬರನ್ನೊಬ್ಬರು ತಬ್ಬಿಕೊಂಡು ಮೈಮರೆತಿದ್ದರು. ಅದನ್ನು ಅಲ್ಲಿ ಯಾರು ಲೆಕ್ಕಿಸಿಯೂ ಇರಲಿಲ್ಲ. ಆದರೆ ನನ್ನಂತಹ ಭಾರತೀಯರಿಗೆ ಅದೊಂದು ಅಚ್ಚರಿಯ ಸಂಗತಿ. ಹಾಗೆಯೇ ನಮ್ಮಿಬ್ಬರ ಒಂದು ಘಟನೆ ನೆನಪಿಗೆ ಬಂತು. ಅದನ್ನು ಪುನಃ ನಿಮ್ಮೊಂದಿಗೆ ಹಂಚಿಕೊಳ್ಳಬೇಕೆಂಬ ಹುಚ್ಚು ಹಂಬಲದಿಂದ ಪತ್ರ ಬರೆಯಲು ಕುಳಿತೆ.

ನಮ್ಮ ನಿಶ್ಚಿತಾರ್ಥದ ದಿನವೇ ಮೊದಲ ಬಾರಿ ನಾನು ನಿಮ್ಮನ್ನು ನೋಡಿದ್ದು. ನನ್ನ ಭಾವಚಿತ್ರವನ್ನು ನಿಮ್ಮ ತಂದೆಯವರಿಗೆ ಮೊದಲೇ ಕೊಟ್ಟಿತ್ತೆಂದು ಅಮ್ಮ ಹೇಳಿದ್ದಳು. ನಿಮ್ಮನ್ನು ಪರಸ್ಪರವಾಗಿಯೇ; ಅಕ್ಕ ಅಮ್ಮ ಎಷ್ಟು ಒತ್ತಾಯಿಸಿದರೂ, ನಿಮ್ಮ ಭಾವಚಿತ್ರವನ್ನು ನೋಡಿರಲಿಲ್ಲ. ನಿಶ್ಚಿತಾರ್ಥದ ದಿನ ನಿಮ್ಮ ಆ

ಸೌಂದರ್ಯದ ಸೊಬಗನ್ನು ನೋಡಲು ನನ್ನ ಎರಡು ಕಣ್ಣುಗಳು ಸಾಲದಾಗಿದ್ದವು. ಆ ಸಮಾರಂಭದಲ್ಲಿ ನಿಮ್ಮನ್ನು ನೋಡುವ ಸೌಭಾಗ್ಯ ಮಾತ್ರ ನನ್ನದಾಗಿತ್ತು, ಮಾತನಾಡಲು ಆಗಿರಲಿಲ್ಲ. ನಂತರ ತಂದೆಯವರು ದೂರವಾಣಿ ಸಂಖ್ಯೆ ಕೊಟ್ಟು ಮಾತನಾಡು ಎಂದು ಹೇಳಿದ್ದರೂ, ಮಾತನಾಡುವ ಧೈರ್ಯ ಬಂದಿರಲಿಲ್ಲ. ಅದಕ್ಕೆಂದೇ ನಾನು ಪತ್ರ ಬರೆದಿದ್ದೆ ನಿಮಗೆ. ಅದರಲ್ಲಿ ಬರೆದ ಕವಿತೆ ನಿಮ್ಮನ್ನು ಮೊದಲ ಸಾರಿ ನೋಡಿದ ಸಂಭ್ರಮ-ಸಡಗರವನ್ನೆಲ್ಲ ಬಣ್ಣಿಸುತ್ತಿತ್ತು.

ಹೀಗೆಯೇ ನಮ್ಮಲ್ಲಿ ಮಾತುಗಳು, ಭೇಟಿಗಳು ಕಡಿಮೆ ಇದ್ದರೂ, ಪತ್ರಗಳ ಮೂಲಕ ಭಾವಗಳು ಅನಂತವಾಗಿ ಹರಿಯುತ್ತಿದ್ದವು. ನನ್ನ ನಾಚಿಕೆ, ಸಂಕೋಚ ಸ್ವಭಾವ ಕಂಡು ನಿಮ್ಮ ಗೆಳತಿಯರು ನಿಮ್ಮನ್ನು ಗೇಲಿ ಮಾಡಿದರೆಂದು ಹೇಳಿದಾಗ, ನನಗೆ ಏನು ಹೇಳಬೇಕೆಂದು ತೋಚದೆ ಉತ್ತರ ಬರೆಯದೇ ಇದ್ದಾಗ, ನಾನು ಮುನಿಸಿಕೊಂಡಿರಬಹುದು ಎಂದು ನೀವು ಕ್ಷಮೆ ಪತ್ರ ಬರೆದಾಗ ತುಂಬಾ ದುಃಖ ಪಟ್ಟಿದ್ದೆ. ಉತ್ತರ ಪತ್ರದಲ್ಲಿ ಇನ್ನು ಮುಂದೆ ನಾಚಿಕೆಯನ್ನೆಲ್ಲ ಬಿಡುತ್ತೇನೆಂದು, ಭಂಡ ಧೈರ್ಯದಿಂದ ಹೇಳಿದಾಗ, ನೀವು ನನಗಿತ್ತ ಒಂದು ಸವಾಲು ಒಂದು ಕ್ಷಣ ನನ್ನ ಹೃದಯವನ್ನೇ ನಿಲ್ಲಿಸಿತ್ತು. ಒಂದು ಹುಡುಗಿಯ ಜೊತೆ ಮಾತನಾಡಲು ಹೆದರುವ ನನಗೆ, ನೀವು ಮದುವೆಯಾದ ನಂತರ, ನಡು ರಸ್ತೆಯಲ್ಲಿ ಹೋಗುವಾಗ ಬಾಚಿ ತಬ್ಬಿಕೊಂಡು ಗಟ್ಟಿಯಾಗಿ 'ಐ ಲವ್ ಯು' ಹೇಳಬೇಕೆಂದು ಸವಾಲು ಇಟ್ಟಾಗ, ಗಗನವೇ ಕಳಚಿ ಕೆಳಗೆ ಬಿದ್ದಂತಾಗಿತ್ತು. ನಿಮ್ಮ ಮುಂದೆ ಇದನ್ನೆಲ್ಲಾ ತೋರಿಸಿಕೊಳ್ಳದೆ, ಅದ್ಯಾವ ಮಹಾಕಾರ್ಯ; ಖಂಡಿತವಾಗಿ ಹೇಳುತ್ತೇನೆಂದು ಜಂಭ ಕೊಚ್ಚಿಕೊಂಡಿದ್ದೆ. ಈಗ ಇಲ್ಲಿ ನೋಡಿದ ಘಟನೆ ನಿಜಕ್ಕೂ ನಮ್ಮಿಬ್ಬರ ಆ ಸಂಭಾಷಣೆಗಳನ್ನು ಮರುಕಳಿಸಿದವು. ಈಗ ಹೇಳುತ್ತಿದ್ದೇನೆ, ನಾನು ಭಾರತಕ್ಕೆ ಹಿಂದಿರುಗಿದ ಕ್ಷಣವೇ ನೀವಿತ್ತ ಸವಾಲನ್ನು ಪೂರೈಸುತ್ತೇನೆ ನೋಡುತ್ತಿರಿ.

ನೀವು ನನಗೆ ಇನ್ನೊಂದು ಮಾತನ್ನು ಹೇಳಿದ್ದಿರಿ, ನಿಮ್ಮನ್ನು ಬಹುವಚನದಿಂದ ಸಂಭೋದಿಸಬಾರದೆಂದು, ನಾನು ಒಪ್ಪಿರಲಿಲ್ಲ. ಪ್ರತಿ ಸ್ತ್ರೀಯನ್ನೂ ಬಹುವಚನದಿಂದ ಗೌರವಿಸುವ ನಾನು, ನನ್ನ ಅರ್ಧಾಂಗಿ ಆಗುವವಳನ್ನು ಹೇಗೆ ಏಕವಚನದಿಂದ ಕರೆಯಲೆಂದು. ಅದಕ್ಕೆ ನೀವು ಮದುವೆಯ ತನಕ ಪರವಾಗಿಲ್ಲ, ಮದುವೆಯ ನಂತರ ಏಕವಚನದಿಂದಲೇ ಕರೆಯಬೇಕೆಂದಾಗ, ನಿಮ್ಮ ಮನಸ್ಸನ್ನು ನೋಯಿಸಬಾರದೆಂದು ಒಪ್ಪಿಕೊಂಡಿದ್ದೆ. ಆದರೆ ಅದ್ಯಾಕೋ ಆಗುತ್ತಿಲ್ಲ. ಜೀವನದ

ದಾರಿಯುದ್ದಕ್ಕೂ ಸಂಗಡ ನಡೆಯುವ ಸತಿಗೆ ಸಮಾಜದಲ್ಲೂ, ಏಕಾಂತದಲ್ಲೂ, ಮನಸ್ಸಿನಲ್ಲೂ ಸಮಾನ ಮರ್ಯಾದೆ ನೀಡಬೇಕೆಂದು ನಾ ನಿರ್ಧರಿಸಿಯಾಗಿದೆ. ಅದನ್ನೊಂದು ಬದಲಿಸೋಕಾಗುತ್ತಿಲ್ಲ. ದಯವಿಟ್ಟು ಕ್ಷಮಿಸಬೇಕು. ಈ ವರ್ತನೆ, ಈ ಪುರುಷ ಪ್ರಧಾನ ಸಮಾಜದಲ್ಲಿ ನಗೆಪಾಟಲಾಗದಂತೆ ಹಾಗೆಯೇ ನಿಮಗೆ ಮುಜುಗರವಾಗದಂತೆ ನೋಡಿಕೊಳ್ಳುವ ಉತ್ತರದಾಯಿತ್ವವನ್ನು ನನಗೆ ಬಿಡಿ. ನೀವು ಅದರ ಬಗ್ಗೆ ಚಿಂತಿಸುವ ಅವಶ್ಯಕತೆ ಇಲ್ಲ.

ಮೊನ್ನೆ ಅಮ್ಮನಿಗೆ ಕರೆ ಮಾಡಿದಾಗ, ನೀವು ಸರಿಯಾಗಿ ಊಟ ನಿದ್ರೆ ಮಾಡುತ್ತಿಲ್ಲ ಎಂದು ಹೇಳಿದರು. ಹೊಸ ಜಾಗ, ಹೊಸ ಪರಿವಾರ ಕ್ರಮೇಣ ರೂಢಿಯಾಗುತ್ತದೆ. ಒಂದು ವಾರ ಬೇಕಿದ್ದರೆ ನಿಮ್ಮ ತವರು ಮನೆಗೆ ಹೋಗಿ ಬನ್ನಿ. ನಿಮಗೂ ನೆಮ್ಮದಿಯಿರುತ್ತದೆ, ನಿಮ್ಮ ಮನೆಯವರಿಗೂ ಸಂತೋಷವಾಗುತ್ತದೆ. ಅತ್ತೆ ಮಾವ ಎಲ್ಲರನ್ನು ಕೇಳಿದೆ ಎಂದು ಹೇಳಿ. ನಿಮಗಿಷ್ಟವಾದ ಕೆಲವು ವಸ್ತುಗಳನ್ನು ಖರಿದಿಸಿದ್ದೇನೆ. ಅವುಗಳನ್ನೆಲ್ಲ ಯಾವಾಗ ತೋರಿಸುತ್ತೇನೋ ಎಂದು ಮನಸ್ಸು ಹಾತೊರೆಯುತ್ತಿದೆ. ಪ್ರತಿ ಕ್ಷಣವೂ ಘಂಟೆಯಂತೆ ಭಾಸವಾಗುತ್ತಿದೆ. ಇನ್ನೂ ನೂರು ಮಾತುಗಳನ್ನು ಹೇಳಬೇಕೆಂದು ಮನ ಬಯಸುತ್ತಿದ್ದರೂ, ಪತ್ರದ ಮೇರೆ ಮೀರುವಂತಿಲ್ಲ. ಅದಕ್ಕಾಗಿ ಇಲ್ಲಿಗೆ ನನ್ನ ಮನದ ಮಾತುಗಳನ್ನು ಮುಗಿಸುತ್ತಿದ್ದೇನೆ. ಹಾಗೆಯೇ ಪ್ರತ್ಯುತ್ತರಕ್ಕೆ ಕಾಯುತ್ತಿರುತ್ತೇನೆ.

ನಿಮ್ಮ ಜೀವನ ಸಂಗಾತಿ

ನಿಮಗಾಗಿ ಒಂದು ಕವನ -

ಹೇಳುವುದಿದ್ದರೂ ನಿಮಗೆ ಸಾವಿರ ಮಾತು
ಸಾಲವು ನನಗೆ ನೂರು ಹಗಲಿರುಳು
ಎದುರಿಗಿದ್ದರೂ ನೀವು ಮೂರು ಹೊತ್ತು
ಹಿಂಜರಿಯುವುದು ಮನ ಮಾತನಾಡಲು ।

ಒಲುಮೆಯ ಸಾಗರವ ಪತ್ರದಿ ಇರಿಸಲು
ಸಾಲವು ನನಗೆ ಸಾವಿರ ಹಾಳೆಗಳು

ಕನಸಲಾದರೂ ಎದುರಿಗೆ ಕುಳಿತು
ನೋಡಬೇಕಿದೆ ಬೆಳದಿಂಗಳೂ ನಾಚಲು ।

ಮಡದಿಯ ಕೈ ಕೊನೆವರೆಗೂ ಹಿಡಿದು
ಸಾಲವು ನಡೆಯಲು ಜನ್ಮಗಳು ಏಳು
ನಿಮ್ಮಲಿ ನಾ ನನ್ನಲಿ ನೀವು ಬೆರೆತು
ಕೊನೆವರೆಗೂ ಒಂದೇ ನಮ್ಮ ಉಸಿರುಗಳು ॥

11. ತುಂತುರು ಮಳೆ

ತುಂತುರು ಹನಿಗಳ ಸೊಬಗಿನ ಛಾಯೆ ,
ಇದೆಂಥ ಎಲ್ಲೂ ಇರದ ಅಪರೂಪದ ಮಾಯೆ ?

ಏನು ಅಡಗಿದೆ ನಿನ್ನ ಮಡಿಲಲ್ಲಿ ?
ತುಸು ಜೊತೆಯಿದ್ದು ಮಾಯವಗುವೆ ನೀನೆಲ್ಲಿ ?

ನನ್ನ ಮರೆಯುವೆ ನೋಡಿ ನಿನ್ನ ನಾನು
ಇದು ನೀನು ನನಗಾಗಿಯೇ ಮಾಡಿದ ಮೋಡಿಯೇನು?

ಧರಣಿಯನ್ನು ತನಿಸುವೆ , ಅದು ಮಾತ್ರ ನಿನ್ನ ಪ್ರಿಯತಮನಲ್ಲ ,
ನಿನ್ನ ಕಂಡು ಹುಚ್ಚನಾಗಿರುವೆ , ನಾನೂ ಕೂಡ ನಿನ್ನ ನಲ್ಲ ।

ಸದಾ ಸೌಂದರ್ಯವತಿ ನೀನಿರುವೆ ಬಾನಲ್ಲೂ , ಮನದಲ್ಲೂ
ನಿನಗಾಗಿ ಕಾಯುತಿರುವೆ ಎಲ್ಲ ಋತುಗಳಲ್ಲೂ ॥

12. ಚಿತ್ರಗಳಿಗೆ ಶೀರ್ಷಿಕೆ

ನಕ್ಕು ನಾಚುತಿರುವೆ ಏಕೆ ನಿನ್ನಲ್ಲೇ
ಕರ್ಣದಿ ಶೋಭಿತ ಓ ಬೆಂಡೋಲೆ !
ಮೊಗಸಿರಿಯ ಮರೆಯ ಮಾಚಿ
ಗರಿಮೆಗೊಂದು ಗರಿಯ ಹಚ್ಚಿ !
ಬಾಲೆಯ ಬೆಡಗಿಗೊಂದು ಬಣ್ಣ ತಂದ
ನೂರ್ಮಡಿಯಾಗಿ ಆ ಅಂದ ಚೆಂದ !
ಯಾರು ನಗೆಯಾಗಿಸಿದರು ಈ ಮೌನವ
ಹೇಳಬಾರದೇ ನನಗೂ ಚೂರು ಕಾರಣವ !!(Photo Credit - Pankaj Pangare)

ಕಣ್ಣ ಕಪ್ಪು ಕಣ್ಣೀರಿಗೆ ಸೋತು
ಭಾವಗಳು ಅಂತರಾಳದಿ ಅವಿತು
ಕರಗಿಯೂ ಅಳಿಯಲಾರದೆ
ಅಡಗಿಯೂ ಸುಮ್ಮನಿರಲಾರದೆ
ತನ್ನ ಇರುವಿಕೆ ಸ್ಪಷ್ಟ ಪಡಿಸಿಕೊಂಡ ಕ್ಷಣ
ಗೊಂದಲದಿ ಮಂಕಾಯಿತು ಮನ
ಅರಿಯದಾದೆ ನನ್ನನ್ನೇ ನಾ ||(Sketch Credit - Atish Aitawade)

ಅಗಲಿ ಹೊರಟಿರುವ ಗೆಳತಿಯೇ ..
ನಿನಗೊಂದು ಅಂತಿಮ ಆಲಿಂಗನ !
ದಾರಿ ತೋರಲಾರೆಯಾ ತಣಿಸಲು
ಎನ್ನ ಆಂತರ್ಯದ ಆಕ್ರಂದನ .. ?(Sketch By - Abhijit K Jayakkanavar)

13. ನಿನ್ನೊಳಗಿರುವ ಹೆಣ್ಣು

ಸೃಷ್ಟಿಯನ್ನೇ ಅರಿತೆಯೇನ್ನುತ್ತಿರುವ ಓ ಮನುಜ
ಅರಿತುಕೊಂಡಿರುವೆಯಾ ನಿನ್ನನ್ನು ನೀನು ?
ಲೋಕದಾಚೆಗೂ ಹರಿಬಿಟ್ಟಿರುವ ನಿನ್ನ ದೃಷ್ಟಿಯ
ನೋಡಿದ್ದಿಯಾ ನಿನ್ನೊಳಗೇ ಇರುವ ಹೆಣ್ಣನ್ನು ?

ನಿನ್ನಲ್ಲೇ ಭೇದ ಕಾಣುತ್ತಿರುವ ನೀನು
ಸಮಾನತೆ ಪದವ ಅರ್ಥೈಸಿಕೊಳ್ಳುವೆ ಹೇಗೆ?
ತನ್ನ ಸ್ಥಾನಕ್ಕೆ ಪರಿತಪಿಸುತ್ತಿರುವ ಆ ಜೀವ
ಮುಖ ಮರೆಮಾಚಿರುವುದಾದರೂ ಏಕೆ ?

ವಜ್ರ ವೈಡೂರ್ಯದಿಂದ ಸಿಂಗರಿಸಿದ್ದ ದೇಹವ
ಬೆತ್ತಲೆಯಾಗಿ ಈಗ ನಾ ನೋಡಲಾರೆ
ನಿನ್ನೊಳಗಿನ ನಗ್ನವ ನೀ ಹೇಗೆ ಸಹಿಸೇ
ಸ್ಥಾನವಿದೆ ಅವಳಿಗೂ ತಲೆಯೆತ್ತಲಿ ನೀರೆ ।

ಸ್ವಾತಂತ್ರ್ಯದ ಕುಪ್ಪಸ ತೊಡಿಸಿ
ಸಮಾನತೆಯ ಸೀರೆಯನುಡಿಸಿ
ಸ್ವಾಭಿಮಾನದ ಹೂ ಮುಡಿಗೇರಿಸಿ
ನಿಲ್ಲಲಿ ಆ ವನಿತೆ ಎಲ್ಲರೆದುರಿಗೆ
ನಿನ್ನರ್ಧವೆ ಆಗಿರುವಾಗ ಕೈ ಎತ್ತಿ ಮುಗಿಯವಳಿಗೆ ॥

14. ನೀ ಗಮನಿಸದ ಹಿಂಬಾಲಕ

ಕಾಡಿಗೆ ಕಣ್ಣಿನ ಮುದ್ದು ಸುಂದರಿ
ಸ್ಪೂರ್ತಿ ನೀ ಕವಿತೆಗೆ,ಕಂಡಾಗ ನಿನ್ನ
ಮನ ಹೆಣೆಯುವುದು ಹಾಡೊಂದನ್ನು
ನನ್ನ ಹಾಡು ಕೇಳುವೆ ಹೇಗೆ
ಮಾತು ಬರದ ಹಾಡುಗಾರ ನಾನು

ನಿನ್ನ ಹೆಜ್ಜೆಗಳ ಮೇಲೆ ನಡೆಯುವಾಸೆ
ಅರಿಯದೇ ನಡೆದೆ ನೀನಡೆದ ಪಥದಲಿ
ಹಿಂದಿರುಗಿ ನೋಡೆಂದು ಕೂಗಿತು ಹೃದಯ
ನೀ ನನ್ನ ನೋಡುವ ಮುನ್ನ
ನಿರ್ಗಮಿಸಿದ ಹಿಂಬಾಲಕ ನಾನು

ನಿನ್ನೊಂದು ನೋಟಕೆ ಪರಿತಪಿಸುತಿರುವೆ
ಸಾವಿರ ಬಾರಿ ನಿನ್ಮುಂದೆ ಬರುವೆ
ಕಂಡರೂ ಕಾಣದಂತಿರುವೆ ನೀ
ನನ್ನ ಗುರುತಾದರೂ ಎಲ್ಲಿ ನಿನಗೆ
ನೀ ಗಮನಿಸದ ಹಿಂಬಾಲಕ ನಾನು

15. ಹೆತ್ತವರು

ದ್ಯಾವರನ್ನ ಹುಡುಕೊಂತ
ಬೆಟ್ಟವ ಹತ್ಯಾರು ಕಾಡನ್ನ ಮೆಟ್ಯಾರು
ಎಲ್ಲೆಂತ ಹುಡುಕುತಿ ಇಲ್ಲದ ದೇವರ
ಕಣ್ಮುಂದ ಇಲ್ವೆ ನಮ್ಮ ಹೆತ್ತವರು ।

ಹೆಜ್ಜೆ ಹೆಜ್ಜೆಗೂ ಜೊತೆಗಿದ್ದು
ನಡೆಯೋದ ಕಲಿಸ್ಯಾರು
ಮಕ್ಕಳ ನಸುನಗೆಯಾಗ
ನೋವನ್ನ ಮರೆತಾರು
ಪರರ ಹಿತಕ್ಕೆ ನೀನೆಂದು ಮರಿಗಿದಿ
ಮರಗೊಲ್ವೆ ನಮಗಾಗಿ ನಮ್ಮ ಹೆತ್ತವರು ।

ಮಿತ್ರರು ಬಂಧು ಬಳಗದವರು
ಎಷ್ಟು ದಿನ ಜೊತೆ ಇದ್ದಾರು
ಕೆಳದೇನೂ ಸಿಕ್ಕ ವರದ ಹಾಂಗ
ಕೊನೆತನಕ ನಿನ್ನವರು ಅವರಿಬ್ಬರು
ಅಳಿಯುವ ಸಂಪತ್ತಿಗೆ ನೂರಾರು ಸಿಕ್ಕಾರು
ಅಳಿದಂತ ಪ್ರೀತಿನ ಕೊಡೊರೇ ಹೆತ್ತವರು ॥

16. ಭಾರತೀಯ ನಾರಿಯ ಅಂದ ಚಂದ

ಹಸುರಿನ ಬಳೆ ಚಂದ ನಿನ್ನ ಕೈಯಲ್ಲಿ
ಹಳದಿಯ ಅರಿಶಿನ ಚಂದ ನಿನ್ನ ಕೆನ್ನೆಯಲ್ಲಿ
ಕೆಂಪು ಕುಂಕುಮ ಚಂದ ನಿನ್ನ ಹಣೆಯಲ್ಲಿ
ಕಂಪು ಮಲ್ಲಿಗೆ ಚಂದ ನಿನ್ನ ಜಡೆಯಲ್ಲಿ
ಓ ಭಾರತೀಯ ನಾರಿ
ನಿನ್ನಂದಕೆ ಬೇರೆ ಸಾಟಿ ಎಲ್ಲಿ ?

ಬೆಳ್ಳಿ ಕಾಲುಂಗುರ ಚಂದ ನಿನ್ನ ಕಾಲಬೆರಳಲ್ಲಿ
ಚಿನ್ನದ ಢಾಬು ಚಂದ ನಿನ್ನ ಸೊಂಟದಲ್ಲಿ
ವಜ್ರದ ಓಲೆ ಚಂದ ನಿನ್ನ ಕಿವಿಯಲ್ಲಿ
ಮುತ್ತಿನ ಮೂಗುತಿ ಚಂದ ನಿನ್ನ ಮೂಗಿನಲ್ಲಿ
ಓ ಭಾರತೀಯ ನಾರಿ
ನಿನ್ನಂದಕೆ ಬೇರೆ ಸಾಟಿ ಎಲ್ಲಿ ?

ಮಿಂಚುವ ದಡೆ ಚಂದ ನಿನ್ನ ಸೆರಗಲ್ಲಿ
ಛಾವಣಿಯ ಸೆರಗು ಚಂದ ನಿನ್ನ ಶಿರದಲ್ಲಿ
ನುಲಿಯುವ ನೆರಿಗೆ ಚಂದ ನಿನ್ನ ಕಾಲಿನಲ್ಲಿ
ರೇಷ್ಮೆಯ ಸೀರೆ ಚಂದ ನಿನ್ನ ಮೈಯಲ್ಲಿ
ಓ ಭಾರತೀಯ ನಾರಿ
ನಿನ್ನಂದಕೆ ಬೇರೆ ಸಾಟಿ ಎಲ್ಲಿ ?

ನಾಚಿಕೆಯ ನಾಟ್ಯ ಚಂದ ನಿನ್ನ ನಡಿಗೆಯಲ್ಲಿ
ಅಪಹರಿಸುವ ನಗೆ ಚಂದ ನಿನ್ನ ತುಟಿಯಲ್ಲಿ
ಸನ್ನೆಯ ಮಾತು ಚಂದ ನಿನ್ನ ನೋಟದಲ್ಲಿ

ಮಿಡಿವ ಪ್ರೀತಿ ಚಂದ ನಿನ್ನ ಹೃದಯದಲ್ಲಿ
ಓ ಭಾರತೀಯ ನಾರಿ
ನಿನ್ನಂದಕೆ ಬೇರೆ ಸಾಟಿ ಎಲ್ಲಿ ?

17. ನೀ ದೂರ ಹೋದಾಗ

(ಕೋಪವುಂಟು ಪ್ರೀತಿಯಿಲ್ಲ) 2
(ಮಂಜು ಇತ್ತು ಮಳೆಯು ಇತ್ತು
ಮುದವ ನೀಡೋ ಚಳಿಯೂ ಇತ್ತು) 2
ಆದರೂ ಮನ್ಸು ಕುದಿಯುತಿತ್ತು
(ಯಾಕೋ ಗೊತ್ತಿಲ್ಲ, ನಂಗೆ ಯಾಕೋ ಗೊತ್ತಿಲ್ಲ) 2
(ಕೋಪವುಂಟು ಪ್ರೀತಿಯಿಲ್ಲ) 2
ಕೋಪವುಂಟು ಪ್ರೀತಿ ಇಲ್ಲ , ಪ್ರೀತಿನೇ ಇಲ್ಲ
ನನ್ನಲಿ ಪ್ರೀತೀನೇ ಇಲ್ಲ ||ಪ||

(ನಗು ಅನ್ನೋ ಮುತ್ತು ಸುರ್ದೆ ತುಟಿ ಮೇಲೆಲ್ಲಾ
ತುಟಿ ಅರಳೋ ಹೊತ್ತಿಗೆ ಮುತ್ತೆ ಇರಲಿಲ್ಲ) 2
ಜಗವೇ ಕೆಂಪು ಆಯ್ತಲ್ಲ
(ಹುಟ್ಟುವಾಗಲೇ ಅಳುವ ತಂದೆ
ಬೆಳೆಯುವಾಗ ನಗುವ ತಂದೆ) 2
ಅಳುವು ಇಲ್ಲ...
ಅಳುವು ಇಲ್ಲ, ನಗುವು ಇಲ್ಲ ಕೋಪ ಬಂದಿತ್ತು
ನಂಗೆ ಯಾಕೆ ಹಿಂಗಾಯ್ತು
(ಕೋಪವುಂಟು ಪ್ರೀತಿಯಿಲ್ಲ) 2
ಮಂಜು ಇತ್ತು , ಮಳೆಯು ಇತ್ತು
ಮುದವ ನೀಡೋ ಚಳಿಯೂ ಇತ್ತು
ಆದ್ರೂ ಮನ್ಸು ಕುದಿಯುತ್ತಿತ್ತು
ಯಾಕೋ ಗೊತ್ತಿಲ್ಲ, ನಂಗೆ ಯಾಕೋ ಗೊತ್ತಿಲ್ಲ || 1 ||

(ಒಂದೇ ಆತ್ಮ ಎರಡು ದೇಹ ಅನ್ನೋ ಹಾಗಿದ್ವಿ
ಸರಸ ಬಿಟ್ಟು ಬೇರೆ ಭಾವ ಇಲ್ಲ ಅಂತಿದ್ವಿ) 2

ಪ್ರೀತಿಲಿ ಇಲ್ಲ ಅಂತಿದ್ವಿ
(ಸರಸನೆಲ್ಲ ಬಿಟ್ಟು ನಾನೂ ವಿರಸದ ಕೈಗೆ ತಲೆಯ ಕೊಟ್ಟು) 2
ಸಾವಿರಾರ ದಿನದ ಬಂಧ ಎಲ್ಲ
ಅಲ್ಲಿ ಮುಗದೊಯ್ತು
ಹೃದಯ ಎರಡು ಆಗೋಯ್ತು
ಮಂಜು ಇತ್ತು, ಮಳೆಯು ಇತ್ತು ‖ 2 ‖

18. ಅನಾಥ

ಅಪ್ಪನ ಅಕ್ಕರೆ ಅಮ್ಮನ ಮಮತೆ
ಬಂಧು ಬಳಗದಿಂದ ಸಿಕ್ಕೀತೆ ।
ಹಗಲಲ್ಲಿ ಬಳಿ ಬಂದ ಮೇಣ
ಇರುಳಲ್ಲಿ ಇಲ್ಲವಾಯಿತಲ್ಲ ।
ಅಕ್ಕರೆ ಮಮಕಾರಗಳ ಋಣ
ಇಷ್ಟು ಬೇಗ ಮುಗಿಯಿತಲ್ಲ ।
ದಾಯಾದಿ ಬಾಂಧವರಲ್ಲಿ ಇತ್ತು ಬರೀ ಸ್ವಾರ್ಥ
ಬೇಡವಾದ ಯಾರಿಗೂ ಎಲ್ಲ ಕಳೆದುಕೊಂಡ ಈ ಅನಾಥ ॥

ಅಪ್ಪ ಹೋದಮೇಲೆ ನಾನಾದೆ ಅರೆ ಅನಾಥ
ಅಮ್ಮನಿಗೂ ಬೇಡವಾದೆ ನಾ ಮಾಡಿದಳೆನ್ನ ಅನಾಥ ।
ಯಾರ ಕೈತುತ್ತ ತಿನ್ನಲಿ
ಯಾರ ಬೆರಳ ಹಿಡಿದು ನಡೆಯಲಿ ।
ವಲ್ಲೆ ಎಂದಾಗ ಚಂದಮಾಮ ತೋರಿಸಿದೆ
ಲಾಲಿ ಹಾಡುತ್ತ ಮಡಿಲಲಿ ಮಲಗಿಸಿದೆ ।
ಎಡವಿ ಬಿದ್ದಾಗ ಅಪ್ಪ ನಡೆಸಿದ ನೆನಪು
ಕೇವಲ ನಿಮ್ಮ ನೆನಪು ತಂದೀತೇ ಜೀವಕೆ ಹೊಳಪು ॥

ಇಂಗಿ ಹೋದ ಕಣ್ಣಿನಿಂದ ಕನಸು ಹೇಗೆ ಕಾಣಲಿ
ನಿಮ್ಮ ಮಮತೆಯ ದೀಪಕೆ ಬೆಳಕ ಹೇಗೆ ಹಚ್ಚಲಿ ।
ಜೀವನದಲ್ಲಿ ನನ್ನೊಡ ಹೆಜ್ಜೆ ಇಡುವವರಾರು
ಎಲ್ಲವನ್ನು ಕಳೆದುಕೊಂಡೆ ಯಾರು ಎನಗೆ ಹಿತವರು ।
ಹುಟ್ಟಿಸಿದ ದೇವರು ಹುಲ್ಲು ತಿನಿಸಬಲ್ಲ

ಪ್ರೀತಿಯನ್ನೂ ಉಣಿಸಿ ಸಲುಹಿಯಾನೇ ।
ಈ ಜನ್ಮದಲ್ಲಂತೂ ನಿಮ್ಮ ಪ್ರೀತಿ ಸಿಕ್ಕಲಿಲ್ಲ
ಮುಂದಿನ ಜನ್ಮದಲ್ಲಿ ಪುತ್ರ ಋಣವ ತೀರಿಸುವೆ ದೇವರಾಣೆ ॥

19. ಮೂಕ ಹಕ್ಕಿ ಹಾಡಿದಾಗ

ರವಕೆ ರಂಗೇರಿತು ಕಂಪನವೆದ್ದಿತು ಕಾನನದಾಗ
ಕರ್ಣಗಳಿಗೆ ಹರ್ಷೋದ್ಘಾರ ರೋಮ ರೋಮ ನಿಮಿರಿತು
ಮೂಕ ಹಕ್ಕಿ ಹಾಡಿದಾಗ ॥

ಯುಗಗಳ ಭಾವ ಅರುಣ ರಾಗದಿ ತುಂಬಿ
ಹಾಡಲು ಆ ಮನದ ಗಾಯನ ।
ಪುಟ್ಟ ಗೂಡು ಆಕ್ರಮಿಸಿತು ಇಡೀ ವನ
ನಾ ತಾನೆಂಬ ಕದನಕ್ಕಿತ್ತು ಆಹ್ವಾನ ।
ಮೂಕ ಹಕ್ಕಿ ಹಾಡಿದಾಗ ॥

ರೋಷ ತಿರಸ್ಕಾರಗಳಿಂದ ಸಂಗೀತ ಜನಿಸೀತೇ
ಇದಕ್ಕಿಲ್ಲ ರಾಗ ತಾಳ ।
ಮೌನ ಮುರಿದು ಮೌನದಿ ಕಂಪಿಸಿದ ಧ್ವನಿಗೆ
ತಲೆಬಾಗಿತು ಕೋಗಿಲೆಗಳ ಮೇಳ ।
ಮೂಕ ಹಕ್ಕಿ ಹಾಡಿದಾಗ ॥

ಶಬ್ದ ಮೂಕಾಯಿತು ನಿಶ್ಯಬ್ದ ಮಾತಾಡಿತು
ತುಂಬಿತು ಹಕ್ಕಿ ಮನ ಧನ್ಯಭಾವದಿ ।
ಒಣಗಿದ ಮರದಲ್ಲೂ ಹಸಿರು ಚಿಗುರೊಡೆಯಬಲ್ಲದು
ನಾನಾಕ್ರಮಣಕಾರಿ ಅಲ್ಲ ಎಂದಿತು ಮನದಿ ।
ಮೂಕ ಹಕ್ಕಿ ಹಾಡುವಾಗ ॥

20. ಮಲೆನಾಡ ಸಿರಿ

(Paint by - Abhijit K Jayakkanavar)

ಮಾಸದ ಮಲೆಯ ಅಂದ
ಮಾಗಿದ ಹಸುರಿನ ಚಂದ ।
ತೇಗ ಗಂಧಗಳ ಕಂಪಿನಲಿ
ಮನ ಅರುಳುವುದು ನಲಿಯುತಲಿ ।

ಕೇವಲ ಕಂಗಳು ಸಾಲದು ಈ ಸೌಂದರ್ಯ ಸವಿಯಲು ನೋಡು
ಆಹ್ಲಾದಿಸುವ ಮನಸ್ಸೂ ಬೇಕು, ಇದು ನಮ್ಮ ಮಲೆನಾಡು ॥

ಹೆಜ್ಜೆ ಹೆಜ್ಜೆಗೊಂದು ಝರಿಗಳು
ಪ್ರತಿಬಿಂಬದ ಸಾಕ್ಷಿಗೆ ಸೋತ ಕಂಗಳು ।
ಹಕ್ಕಿಗಳ ಕಲರವಕೆ ತಕ್ಕಂತೆ ಹರಿವೆಯೋ
ತಿಳಿಯಲಾರೆ ಇದೇನು ನಿನ್ನ ಆರ್ಭಟವೋ, ಸಂಗೀತವೋ?
ರವಕೆ ರಂಗು ತಂದ ನಿನ್ನ ನಡೆತ
ನುಡಿಸರು ಯಾರೆಂದೂ ನಿನ್ನ ಥರ ಸಂಗೀತ ॥

ಸಗ್ಗವ ಆಗಸದಲಿ ಕಂಡವರಾರು?
ಮಂಥನದಮೃತವ ಸವಿದವರಾರು?
ಎಲ್ಲಿಲ್ಲ ಸ್ವರ್ಗ, ಇಲ್ಲೇ ಕಂಡು ಧನ್ಯವಾಗು ನೀ
ರೋಮ ರೋಮಗಳಿಂದು ಹಸಿರಾಮೃತ ಸವಿಯುನೀ ।
ಸ್ತಬ್ಧ ಹೃದಯದಿ ಹಾಡು ತಂದೆ
ಕವಿಯ ಮನಸಿಗೆ ಸ್ಫೂರ್ತಿ ನೀನಾದೆ ॥

21. ಅವಕಾಶಗಳ ಬೆನ್ನೇರಿ

ಸಾಧನೆ ಬದುಕನ್ನು ಬಂಗಾರವಾಗಿಸುವುದು
ಛಲ ಸಾಧನೆಯ ಮೆಟ್ಟಿಲಾಗುವುದು ।

ಛಲ ಇದ್ದವ ಜಗವ ಗೆಲ್ಲಬಲ್ಲನು
ಇಲ್ಲದವನು ಹೊತ್ತು ಕೂಳಿಗೂ ಪರಿತಪಿಸುವನು ।

ಅವಕಾಶಗಳು ಬಂದಾಗ ಅಂಧರಾಗುವುದೇಕೆ
ದೇವರಿಗೆ ನಾನು ಕಾಣಿಸೊಲ್ಲ, ಎಂದು ನಿಂದಿಸುವುದೇಕೆ?

ಅಶ್ವವ ಕೊಳದ ಬಳಿಗೆ, ಒಯ್ಯುವುದು
ಮಾತ್ರ ಅವನ ಕಾಯಕ ।
ಪರಿಪೂರ್ಣನೆಂದು ತಿಳಿದು ಗುರಿಯ
ಬೆನ್ನಟ್ಟಿ ಜಯಿಸುವವನೇ ಸಾಧಕ ॥

22. ಹಕ್ಕಿ

ಗೂಡು ಬಿಟ್ಟು ಬಂದ ಈ ಹಕ್ಕಿ
ಗೂಡು ನೆನೆದು ಮನದಲ್ಲೇ ಬಿಕ್ಕಿ ಬಿಕ್ಕಿ
ಮನದ ದುಃಖವ ನಯನದಲ್ಲಿ ಕೇಳಿ
ಕಂಬನಿಯಲಿ ಆ ಕಥೆಯ ಲೇಖನಿಗೆ ಹೇಳಿ
ಬರೆಯಿತೊಂದ್ ಕಥೆಯಾ
ಈ ಪುಟ್ಟ ಹೃದಯಾ

23. ಸ್ನೇಹ

ತಮದಲಿ ಚಂದಿರ
ಬೆಳಕ ಚಲ್ಲಿದರೆ
ಮುಳ್ಳಿನ ಸಂಘವಿರಲು
ಹೂ ಬಯಸಿದರೆ
ಓ ಮನುಜ ಭಿನ್ನ ಸಾಂಘ್ಯಕ್ಕೆನಿತು ತೊಂದರೆ
ಸ್ನೇಹಕ್ಕಿಲ್ಲ ತೆರಿಗೆ ಹಂಚು ನೀ ಆದರೆ

24. ಶ್ರೇಷ್ಠರಾರು?

ಮೂಡಣದಲಿ ಏರಿದವ ಪಡುವಣದಲ್ಲಿ ಇಳಿದ
ಮಸಣದಲಿ ಗೆದ್ದವ ಮಡಿಲಲ್ಲಿ ಸೋತ
ಕೀಳು ಯಾರು ಮೇಲು ಯಾರು ಈ ಮನೆಗೆ
ಎಲ್ಲರೂ ದೊಡ್ಡವರೇ ಅವರವರ ಪಾಲಿಗೆ

25. ನಮ್ಮ ಹಳ್ಳಿ

ಮುಂಜಾವಿನ ಹಕ್ಕಿಯ ಚಿಲಿಪಿಲಿ ಸದ್ದು
ಬಿರಿದ ಮಲ್ಲಿಗೆಯ ಸುವಾಸನೆಯ ಕಂಪು ।
ಬೀದಿಬೀದಿಗಳಲಿ ಸಡಗರದ ಓಡಾಟ
ಮನೆಯ ಅಂಗಳಗಳಲಿ ರಂಗವಲ್ಲಿ ಆಟ ।
ಹೀಗಿದೆ ನೋಡಿ ನಮ್ಮ ಹಳ್ಳಿ
ಹೋಗಬೇಕೆನಿಸುವುದು ಮರಳಿ ಮರಳಿ ॥

ರಶ್ಮಿ ಮೂಡುವ ಹೊತ್ತಿಗೆ ಮುಂಜಾನೆ ಅಲ್ಲಿ
ದಿನಗೆಲಸಗಳು ಶುರುವಾಗುವವು ನಸುಕಿನಲ್ಲಿ ।
ಮುದವಾದ ಬೆಳಕು ಚೆಲ್ಲುತ ಹುಟ್ಟುವ ಸೂರ್ಯ
ನವಚೇತನ ತುಂಬಿ ಬೀಗುವುದು ಎನ್ನ ಆಂತರ್ಯ ।
ಜೀವಕಳೆ ನೀಡುವುದು ಈ ಹಳ್ಳಿ
ಸದಾ ಇರಬೇಕೆನಿಸುವುದು ನನಗೆ ಇಲ್ಲಿ ॥

ಧರೆಗೆ ಹಸಿರು ಉಡಿಸಿದಂತೆ ಹಸಿರು ಹೊಲಗಳು
ನಲಿದಾಡುತ್ತ ಬಾಳುತ್ತಿರುವ ದನಕರುಗಳು ।
ಮಾನವೀಯತೆ ಮೆರೆಯುವ ಹಳ್ಳಿಗರು
ನಮ್ಮ ಸಂಸ್ಕೃತಿ ಕಾಪಾಡುವ ಹೃದಯವಂತರು ।
ಬೇರೆಲ್ಲಿಲ್ಲ ಸ್ವರ್ಗ ಇದೇ ಹಳ್ಳಿ
ಜೀವನ ಸಾಗುವುದಿಲ್ಲಿ ಆನಂದದಲ್ಲಿ ॥

26. ಭಾವ-ಬಾಂಧವ್ಯ

ಮಣ್ಣು ಗುಡ್ಡಗಳ ಚಂದಿರನಿಗೆ
ಸೌಂದರ್ಯದ ಹೋಲಿಕೆ ಎಷ್ಟು ಚಂದ ।
ಮೂಳೆ ಮಾಂಸಗಳ ದೇಹದೊಳಗೆ
ಮಧುರ ಮನಸ್ಸಿನ ಕಲ್ಪನೆ ಎಷ್ಟು ಚಂದ ।
ನಡೆಯದಿದ್ದನ್ನು ನಡೆದ ಹಾಗೆ ಕಾಣದ್ದನ್ನು ಕಂಡ ಹಾಗೆ
ತೋರಿಸಿ ಮರಳು ಮಾಡುವ ಕನಸು ಚಂದವೋ ಚಂದ ॥

ಗುಡಿಯ ಗರ್ಭದಲಿ ದೇವರು
ತಾಯಿ ಗರ್ಭದಲಿ ಮಗು
ತಾಯಿ ಮಗು ದೇವರ ಸಮವೆಂಬ ಭಾವ ।
ಹೂವಿಗೊಂದು ಮೃದು ಕಾಯ
ಹೆಣ್ಣಿಗೊಂದು ಮಿಡಿವ ಹೃದಯ
ಎರಡೂ ಮನಕೆ ಮುದ ನೀಡುವ ಜೀವ ।
ಜೀವ-ಭಾವಗಳ ಕಲ್ಪನೆಗಳೇ ಅಮೋಘ ॥

ಬಳಕುವ ಲತೆಗೆ ಮರವನು
ಹರಿಯುವ ನದಿಗೆ ಸಾಗರವನು
ಪರಸ್ಪರ ಬಂಧದೊಳಗೆ ಸಿಕ್ಕಿಸಿದ ಬಾಂಧವ್ಯ ।
ಹಸಿವ ನೀಗಿಸಲು ಧರಣಿ
ಧರೆಯ ಬೆಳಗಲು ಸೂರ್ಯ
ಪರಹಿತಕ್ಕಾಗಿ ವಹಿಸಿಕೊಂಡ ಕರ್ತವ್ಯ ।
ಬಾಂಧವ್ಯ-ಕರ್ತವ್ಯ ಕೃತಜ್ಞತಾ ಭಾವವೇ ಅಗಾಧ ॥

27. ದ್ವೇಷವೋ? ಪ್ರೀತಿಯೋ?

ದ್ವೇಷದಿಂದ ಪ್ರೀತಿಯೋ
ಪ್ರೀತಿಯಿಂದ ದ್ವೇಷವೋ
ಅರಿಯದಾದೆನಾ
ಅವುಗಳ ನಡುವಣ ಅಂತರಾನ ।

ತುಂಟಾಟದ ಹಠಮಾರಿ ವಯಸ್ಸು
ಬೆಕ್ಕು ನಾಯಿಗಾಗಿ ಮನೆಯಲಿ ಮುನಿಸು ।
ಕಷ್ಟಪಟ್ಟು ತಂದೆ ನಾ ಎರಡು ನಾಯಿ
ಸೇರಲಿಲ್ಲ ಅವುಗಳಿಗೆ ನನ್ನ ಆಯಿ ।
ಅವುಗಳೆಂದರೆ ನನಗೆ ಪ್ರೀತಿ ಕರುಣೆ
ಆದರೆ ತಂದ ವಾರದಲ್ಲೇ ಅವು ಹೊಲಕ್ಕೆ ರವಾನೆ ।
ಬಿಡಲಿಲ್ಲ ಛಲ ಹುಡುಕಿದೆ ಮತ್ತೆ ಅವನ್ನು
ಮನೆಯಲ್ಲೆಂದರು, ಸಾಕು ಬಿಟ್ಟು ಬಿಡು ಅವುಗಳನ್ನು ॥

ಮನೆಯಲ್ಲಿ ತಿಂಡಿ ತಿನಿಸುಗಳ ಸಾಲು ಸಾಲು
ಅದರಲ್ಲಿ ನನ್ನ ಮುದ್ದು ನಾಯಿಗೂ ಇತ್ತು ಪಾಲು ।
ಬೆಳಿಗ್ಗೆ ಮಧ್ಯಾಹ್ನ ಶಾಲೆಯಲ್ಲಿ ಪಾಠ
ಸಂಜೆ ನಾಯಿ ಬೆಕ್ಕುಗಳೊಡನೆ ಆಟ ।
ಸ್ನಾನ ಮಾಡಿಸುತ್ತಿದ್ದೆ ಅವುಗಳಿಗೆ ಹಚ್ಚಿ ಸೋಪು
ಅವನ್ನ ಸಿಂಗರಿಸುವುದಕ್ಕೆ ನನಗೆ ಬಲು ಹುರುಪು ।
ದಿನವೂ ಇದೆ ದಿನಚರಿ ಸಾಗಿತ್ತು
ಪ್ರೀತಿ ಇತ್ತು ನಾಯಿ ಬೆಕ್ಕುಗಳ ಮೇಲೆ ಆವತ್ತು ॥

ಹಸಿದಿತ್ತು ತುಂಬಾ ನನ್ನ ನಾಯಿಯ ಹೊಟ್ಟೆ
ನನ್ನ ಕೈಯಲ್ಲಿತ್ತು ಹಾಲು ಅನ್ನದ ತಟ್ಟೆ ।
ತಾಳ್ಮೆ ಇರದೇ ನನ್ನನ್ನೇ ಅದು ಕಚ್ಚಿತು
ತಣಿಸಲಾಗದ ಕೋಪ ನನಗಾಗ ಬಂತು ।
ಸ್ನಾನ ಮಾಡಿ ಬರುವಾಗ ಎಗರಿತು ನನ್ನ ಮೇಲೊಂದು ಬೆಕ್ಕು
ಪರಚಿತು ಬೆನ್ನ, ಮುರಿಯಬೇಕೆನ್ನಿಸಿತು ಅದರ ಸೊಕ್ಕು ।
ಈ ಘಟನೆಗಳು ತಂದವು ನನ್ನಲ್ಲಿ ಬದಲಾವಣೆ
ಆ ಮುದ್ದು ಪ್ರಾಣಿಗಳನ್ನ ದ್ವೇಷಿಸೋಕೆ ಅವೇ ಹೊಣೆ ॥

ಲೋಕ ಜ್ಞಾನ ತಿಳಿಯಬಲ್ಲ ನಾನೀಗ ಇಪ್ಪತ್ತರ ಯುವಕ
ನಾಯಿ ಬೆಕ್ಕು ಎಂದರೆ ಈಗಲೂ ದ್ವೇಷ ನಡುಕ ।
ಬೆಕ್ಕು ತಂದಳು ಮನೆಗೆ ನಮ್ಮಮ್ಮ, ಹೆಸರು ಪಿಲ್ಲು
ನನ್ನ ಅದರ ಮಧ್ಯ ಯಾವಾಗಲೂ ಗಲ್ಲು ಗಲ್ಲು ।
ಪಿಲ್ಲು ಅಂದರೆ ಅಪ್ಪ ಅಮ್ಮನಿಗೆ ತುಂಬಾ ಪ್ರೀತಿ
ಯಾವಾಗ ಪರಚುವುದೋ ಎಂದು ನನಗೆ ಭೀತಿ ।
ಕೋಪ ಬಂದಾಗ ಒಮ್ಮೆ ಅದನ್ನ ಹೊಡೆದೆ
ಸಾಧು ಪ್ರಾಣಿಯ ಸ್ಥಿತಿ ನೋಡಿ ಕೊರಗಿದರು ನನ್ನ ತಂದೆ ॥

ಪಿಲ್ಲು ನಮ್ಮ ಮನೆಯ ಎರಡನೆ ಮಗ
ಮಾಡುವುದು ನಾವಿಲ್ಲದಾಗ ಮನೆಯ ನಿಗಾ ।
ತುಂಟ ಬೆಕ್ಕು ಮಾಡಿಕೊಂಡಿತು ಮೈಗೆಲ್ಲ ಗಾಯ
ಅನ್ನ ನೀರು ಮೂಸಲಿಲ್ಲ ಆಯಿತು ನಮಗೆಲ್ಲ ಭಯ ।
ಸ್ವಂತ ಮಗನ ಹಾಗೆ ಮಾಡಿದರದಕೆ ಶುಶ್ರೂಷೆ
ಮೊದಲಿನಂತಾಗುವುದೆಂಬ ಆಸೆಗಾಯ್ತು ನಿರಾಸೆ ।
ಸತ್ತು ಹೋಯ್ತು ಒಂದು ದಿನ ಕಣ್ಣಲ್ಲಿ ಜಿನುಗಿತು ನೀರು
ತಿಳಿಯಲಿಲ್ಲ ದ್ವೇಷಿಸುತ್ತಿದ್ದ ನನಗೇಕೆ ಬಂತು ಕಣ್ಣೀರು ॥

ಕೈಯಾರ ಗುಂಡಿ ತೋಡಿದೆ
ವಶಪಡಿಸಿದೆ ಅದರ ದೇಹ ಮಣ್ಣಿಗೆ
ನನಗೆ ಅದರ ಮೇಲೆ ದ್ವೇಷವೋ ಪ್ರೀತಿಯೋ
ಅಥವಾ ದ್ವೇಷದಿಂದ ಜನಿಸಿದ ಪ್ರೀತಿಯೋ ?

28. ಧರೆ-ಧಾರೆ

ಧರೆ ನಾ ಧಾರೆ ನೀ
ಎನ್ನೊಲವಿಗೆ ಆಧಾರ ನೀ
ತಣಿಸು ಒಮ್ಮೆ ತಾಳೆನು ನಾನಿನ್ನು
ಉಣಿಸಿ ನಿನ್ನ ಪ್ರೇಮದೌತಣವನ್ನು
ಓಹ್! ಬಂದೇ ಬಿಟ್ಟೆಯಾ ನಲ್ಲ
ಗುಡುಗು ಮಿಂಚುಗಳಿಂದ ಬೆದರಿಸಿ ನೀ ಬರುವೆ
ಆದರೂ ದಾಸಿಯಂತೆ ನಾ ನಿನಗೆ ಕಾಯುವೆ ||

ನಿನ್ನ ಧಾರೆಯ ರಭಸವು ವಿರಹದಿ ಬೆಂದ
ಎನ್ನ ಧರೆಯ ಎದೆಯ ಕುಕ್ಕಿ ಹುಚ್ಚೆಬ್ಬಿಸುತ್ತಿದೆ
ತನುಮನಗಳು ಬಿಗಿದಪ್ಪಿ
ಧರೆ-ಧಾರೆ ಒಂದಾದ ಕ್ಷಣ ಎಂಥ ಸುಯೋಗ
ಹಾ! ಆ ಮಣ್ಣು ಉಸಿರು ಸ್ವೇದದ ಪರಿಮಳ
ನಮ್ಮ ಮಿಲನ ಕಂಡು ಗಾಳಿ ನಾಚಿ ದೂರವಾಗುತಿದೆ
ನನ್ನ ಉಸಿರು ನೀ ಉಸಿರಾಡುತಿರೆ
ನಾ ಏದುಸಿರಿಡುತ್ತಿರುವೆ ||

ಮಾಸಗಳಿಂದ ಬಿಗಿದ ಮೈ ನಿನ್ನ ರಭಸಕೆ ತಾಳದೆ
ಸಡಿಲವಾಗುತಿದೆ ನುಗ್ಗು ನುರಿಯಾಗುತಿದೆ
ಹಾ! ಎಂಥ ಹಿತವಾದ ನೋವು ಶೀತಲವಾದ ದಹನ
ಧರೆನಾ ಲಜ್ಜೆ ಬಿಟ್ಟು ನಗ್ನಳಾಗಿ ನಿನ್ನಡಿಗೆ
ಕಣ್ಣು ಮುಚ್ಚಿ ಕೇವಲ ನಿನ್ನ ಅನುಭವಿಸುತಿರುವೆ
ಧಾರೆಯ ಬಿರುಸಿನ ಹನಿ ಬರಿ ತನುವಿಗೆ ತಾಗಿ

ಧಮನಿ ಧಮನಿಯಲೂ ಕಟು ಸ್ಪರ್ಶದ
ಹಿತಾನುಭಾವದ ಸಂಚಾಲನ ॥

ಪುರುಷ ಪ್ರೇಮರಸವು ಬಿರಿದ ಪ್ರಕೃತಿಯ
ಮಡಿಲಸೇರಿ
ಹಾ! ಅನಂತ ಈ ಕಠಿಣ ಸುಖ ॥

ಧಾರೆಯಾಗಿ ಒಸರುತಿರು ದಣಿವ ನೀಗುತಿರು
ಬಂಜರು ಈ ಭೂಮಿಯಲ್ಲಿ ನೀ ಬಿತ್ತಿದೆ
ನಾ ಕಣ್ಣು ತೆರೆಯಲಾರೆ
ದೀರ್ಘ ಆಯಾಸದ ಸುಖನಿದ್ರೆ
ನಲ್ಲನ ತೋಳಲಿ ಮಲಗಿದ ಆ ಮಧುರ ರಾತ್ರಿ
ದೀರ್ಘ ಉಸಿರು ತೋಯ್ದು ಹಸಿರು
ಅಮರ ಈ ಅನಂತ ಹಿತ ॥

ಕತ್ತಲ ಮುಸುಕು ಭಾನು ತೆರೆದ
ನಗುತಿದೆ ನನ್ನ ಮುಖ ನಿದ್ರೆಯಲೂ
ಏನು ಉಲ್ಲಾಸ! ಏನು ಲವಲವಿಕೆ!
ನಲ್ಲನ ಪ್ರೇಮದ ಕುರುಹುಗಳ
ಶೀತಲ ಇಬ್ಬನಿ ತೊಳೆದ ॥

ಎಳೆ ಕಿರಣಗಳ ಧೂಪ ಈ ನನ್ನ ಹಸಿಮುಡಿಗೆ
ಹೊನ್ನು ಮಣ್ಣಿನ ಅರಿಶಿನ ನನ್ನ ಈ ಕೆನ್ನೆಗೆ
ರವಿ ನಿನ್ನ ತೇಜವೇ ಕುಂಕುಮ ಈ ಮುತ್ತೈದೆಗೆ
ಹಸಿರೇ ಸೀರೆ ಮಲೆಗಳೇ ನೆರಿಗೆ ॥

ನಲ್ಲನ ಮುತ್ತಿನ ತುಂಟ ನಗು
ಕಾಣುತಿದೆ ಗುಳಿಬಿದ್ದ ಕೆನ್ನೆಯಲಿ
ಈ ಮುಂಜಾವಿನ ಸೊಬಗಿನಲಿ
ಮೊಳಕೆಯೊಂದು ಒಡೆಯುತಿದೆ
ತಿಳಿಬಿಸಿಲು ಸ್ವಾಗತಿಸುತಿದೆ ॥

29. ಸ್ತ್ರೀ ಎಂದರೆ ಅಷ್ಟೇ ಸಾಕೆ

ಮಳೆಬಿಲ್ಲಿನ ಭಾವಣಿಯಲ್ಲಿ
ತುಂತುರು ಹನಿಗಳ ಮಮಕಾರ ಸುರಿಸಿ
ಧರಣಿ ಮಗುವ ನಗಿಸಿದಾಕೆ
ನಿನಗೆ ಬೇರೆ ಹೆಸರು ಬೇಕೇ
ಸ್ತ್ರೀ ಎಂದರೆ ಅಷ್ಟೇ ಸಾಕೆ ॥

ಮಮತೆಯ ಮಾತೆಯಾಗಿ
ಪ್ರೇಮ-ವಾತ್ಸಲ್ಯದ ಮಡದಿ-ಮಗಳಾಗಿ
ಬದುಕ ಪೂರ್ಣ ಮಾಡಿದಾಕೆ
ನಿನಗೆ ಬೇರೆ ಹೆಸರು ಬೇಕೇ
ಸ್ತ್ರೀ ಎಂದರೆ ಅಷ್ಟೇ ಸಾಕೆ ॥

ಗಂಡಾಗಿ ಶಕ್ತಿ ಸ್ವರೂಪಿಯಾಗಿ
ದಿಕ್ಕಿಲ್ಲದ ಮನೆಗೆ ದಾರಿ ದೀಪವಾಗಿ
ಸಂಸಾರ ನೌಕೆ ತೂಗಿದಾಕೆ
ನಿನಗೆ ಬೇರೆ ಹೆಸರು ಬೇಕೇ
ಸ್ತ್ರೀ ಎಂದರೆ ಅಷ್ಟೇ ಸಾಕೆ ॥

ಕಣ್ಣೀರಿನ ಗಂಗೆ ತುಂಗೆಯಾಗಿ
ಲೋಕದ ಕೊಳೆಯ ತೊಳೆದು
ಲೋಕೋದ್ಧಾರ ಮಾಡಿದಾಕೆ
ನಿನಗೆ ಬೇರೆ ಹೆಸರು ಬೇಕೇ
ಸ್ತ್ರೀ ಎಂದರೆ ಅಷ್ಟೇ ಸಾಕೆ ॥

೩೦. ಚಿಗುರಿದ ಪ್ರೇಮ

ಅರಳದ ಆಕರ್ಷಣೆಯೊಂದು
ಚಿಗುರೊಡೆಯಿತು ಆ ವರ್ಷದ ವಸಂತದಂದು ।
ಹುದುಗಿಟ್ಟಿದ್ದ ಭಾವವೊಂದು
ಬಾಧಿಸತೊಡಗಿತು ಈ ಚೈತ್ರ ನನ್ನವಳೆಂದು ॥

ಸುತ್ತ ಮುತ್ತ ಬೆಳ್ಳಿ ಬೆಡಗಿಯರ ನಡಿಗೆ
ಜಗ್ಗಲಿಲ್ಲ ಮನಸ್ಸು ಯಾವತ್ತೂ ಅವರೆಡೆಗೆ ।
ಲತೆ ಗೀತೆ ಶ್ಯಾಮಲೆಯರ ರೂಪಗಳು
ನಮ್ಮ ಊರ ಹುಡುಗರ ಹಗಲುಗನಸುಗಳು ।
ಲತೆಗೆ ಮರವಾಗಲಿಲ್ಲ ಗೀತೆಗೆ ಚರಣವಾಗಲಿಲ್ಲ
ಈ ಚೈತ್ರಕೆ ಕೋಗಿಲೆಯಾಗುವ ಬಯಕೆಯಾಯಿತಲ್ಲ ॥

ಚೈತ್ರಗಳುರುಳಿದವು ಚೈತ್ರೆ ಬರಲಿಲ್ಲ
ನನ್ನ ಗುರಿಯೆಡೆಗೆ ನಡೆದೆ ಅಲ್ಲಿ ಅವಳಿಲ್ಲ ।
ಬಡವನಿಗೆ ರಾತ್ರಿ ಭಾಗ್ಯ ಸಿಕ್ಕಿತು
ಅವಳ ಓಲೆ ನನಗಾಗಿ ಬಂತು ।
ಪ್ರೇಮ ಪುಷ್ಪ ಅರಳಿ ಕಂಪು ಬೀರಿತು
ಗೆಲುವ ನಗೆ ಮನದಲಿ ಚಿಮ್ಮಿತು ಪ್ರೇಮಕೆ ಸೋತು ॥

ಪ್ರೇಮದಲಿ ಗೆದ್ದವ ಬದುಕಿನಲಿ ಸೋತ
ಗುರಿಯಿನ್ನೂ ಮುಟ್ಟಿಲ್ಲ ಯಾಕಿಷ್ಟು ತ್ವರಿತ ।
ಮನಸ್ಸಿನ ಕೈಯಲ್ಲಿತ್ತು ಬುದ್ಧಿ ಮಂಕಾಗಿತ್ತು ಕೆಲ ಕ್ಷಣ

ಚೈತ್ರದಲ್ಲೂ ಸೊಬಗಿಲ್ಲ ಎಲ್ಲ ಬಣ ಬಣ ।
ನಿವೇದಿಸಿದೆ ಚೈತ್ರಳಿಗೆ ಕಾಯುನೀ ಕೆಲಕಾಲ
ಗುರಿಮುಟ್ಟಿ ತಿರುಗಿ ಬರುವೆ ನಾ ನಿನ್ನವ ಸದಾಕಾಲ ॥

31. ಹಾಡೋ? ಹಾಸ್ಯವೋ?

ಸ್ವಮನರಂಜನೆಗೆಂದು ಹಾಡುವ ಈ ಹಕ್ಕಿ
ಅನ್ಯ ಮನರಂಜಿಸಲು ಹೋಗಿ ನಗೆಪಾಟಲಾದಂತೆ
ಆ ಕುಶಲತೆ ಸಂಗೀತ ಜ್ಞಾನ
ಕಂಠ ಮಾಧುರ್ಯವಿಲ್ಲ ಈ ಹಕ್ಕಿಗೆ
ತಕ್ಕ ಮಟ್ಟಿಗೆ ಹಾಡುವೆ ಹಾಡುತ್ತ ಮೈಮರೆವೆ
ಖುಷಿ ಕೊಟ್ಟಿತು ಈ ಹಾಡು ಎನಗೆ
ಹಾಡು ಖುಷಿಯ ಮೂಲವಾಗಬೇಕೆ ಹೊರತು
ಹಾಸ್ಯದ ಮೂಲವಾಗಬೇಕೆ?

32. ನೊಂದ ಮನಕೆ ಬೆಳಕು ನೀ ತಾ

ಸೋಲು ನಿರಾಸೆ ತಿರಸ್ಕಾರಗಳ
ಕತ್ತಲಲಿ ಕಳೆದುಹೋಗಿರುವ ಮನಕೆ ।
ಎಣ್ಣೆ ತುಪ್ಪ ಬತ್ತಿಗಳ
ದೀವಿಗೆಯ ದೀಪ ತಂದೀತೆ ಚೇತರಿಕೆ ॥

ಒಬ್ಬ ಚಂದ್ರನ ಸರಿಸಾಟಿಯಾಗಬಲ್ಲವೆ
ಕೋಟಿ ನಕ್ಷತ್ರಗಳು ।
ನೊಂದ ಮನದ ಗಾಯ ವಾಸಿಮಾಡಬಲ್ಲವೆ
ಹುಸಿ ಸಾಂತ್ವನಗಳು ॥

ಸದಾ ಜಯಿಸಿ ವಿಜೃಂಭಿಸಿದ ಮನಕೆ
ಮೋಸಗೊಳಿಸಿತು ಹೊಗಳಿಕೆ ಮನ್ನಣೆಯು ।
ಹಾರುತಿರುವ ಪಟದ ಅವನತಿ ಕಾಣಲು
ಹಾತೊರೆದ ಜೀವಗಳಿಗೆ ಲಭಿಸಿತು ಗೆಲುವು ॥

ಪರಿಸ್ಥಿತಿಯ ಬೂದಿ ಮುಚ್ಚಿಕೊಂಡಿದೆ
ಪ್ರತಿಭೆಯ ಕೆಂಡವನ್ನು ।
ಕಾಯುತಿದೆ ಆ ಸ್ಫೂರ್ತಿ ಚೈತನ್ಯಗಳ
ನವೀನ ಗಾಳಿಯನ್ನು ॥

ಕಾಲಚಕ್ರ ತಿರುಗುತಿದೆ ಬರಲಿದೆ ಸಕಾಲ

ಬಿಡಿಸು ನೀ ಎಲ್ಲರ ಭ್ರಾಂತಿ ।
ಕುಗ್ಗದಿರು ಅಳುಕದಿರು ಓ ಮನವೇ
ನೀ ಪಡೆಯುವೆ ಮತ್ತೆ ಆ ಹಳೇ ಕಾಂತಿ ॥

33. ಕೆಂಪುವನದ ಸರೋವರವೇ

(Paint by - Abhijit K Jayakkanavar)

ಇಂದು ಮುಂಜಾವಿನಲಿ
ತಂಗಾಳಿಯ ತಂಪು ಹವೆ
ತಂದಿತ್ತು ಮನದಿ ಸಂಗೀತದ ಪರಿಭಾಯೆ ।
ಹಕ್ಕಿ ಪುಕ್ಕಗಳ ಕಂಠದಲಿ
ರಾಗ-ತಾಳಗಳು ತುಂಬಿ ಬಂದು
ನಾಟಿತು ಮನದಾಳದಿ ಈ ನಿಸರ್ಗದ ಮಾಯೆ ॥

ನೆತ್ತರು ನೇಸರನ ಕ್ಷಿತಿಜದಲಿ ಕಂಡು
ಕೆನ್ನೆ , ತುಟಿ ಕೆಂಪಾಯಿತೇನು ।
ಕಾದು ಕುಳಿತ ನಲ್ಲನ ಸನಿಹವನುಂಡು
ಬೆಚ್ಚನೆಯ ಭಾವ ಮನದಿ ವಸರಿತೇನು ।
ಓ ಕೆಂಪುವನದ ಸರೋವರವೇ
ತಮದಲೆಲ್ಲ ಮಾಡಿದ ತಪಕೆ ವರಸಿಕ್ಕಿತೇನು ॥

ನಿನ್ನ ಒಡಲಲಿ ಸಂಭಾಷಣೆಗೈದಿವೆ
ಪರಸ್ಪರ ಮೀಯುತ್ತ ನಲಿಯುತ್ತ ಬಾತುಬಕಗಳು ।
ವಿಶಾಲ ಅಂಬುಧಿಯ ಆಗಸದಿ
ಬೇಟೆಗಾಗಿ ಕಾದು ಹಾರುತಿವೆ ರಣಹದ್ದುಗಳು ।
ಸಿರಿವಂತೆ ನೀನು ,ನೀನೇ ಸರ್ವಕ್ಕೂ ಆಗರ
ನಿನಗೂ ಆಗುವುದಿಲ್ಲವೇ ಮನ ಕೂಡಲು ಸಾಗರ ॥

ಬಾಗಿ ನಿಂದಿವೆ ರೆಂಬೆ ಕೊಂಬೆಗಳು
ಹಿಡಿದು ಪುಷ್ಪ ಗುಚ್ಛ ಶುಭೋದಯದ ಸ್ವಾಗತಕ್ಕೆ ।
ಗೊಣಗುತ್ತ ನಿಂದಿಸುತ್ತಿವೆ ದಂಡೆಗಳು
ಚಿಮ್ಮಿಸಿ ನೀರು ನಿದ್ರಾಭಂಗ ಮಾಡಿದ್ದಕ್ಕೆ ।
ನಿನ್ನ ಕೆಂಪು ಮೊಗ ತಂಪು ಭಾವ
ಕಂಪಿಸದೆ ಕೂರಿಸಿತು ನನ್ನ ನಿನ್ನ ನೋಡಲಿಕ್ಕೆ ॥

34. ಕಲ್ಲಿಗೂ ಕಂಬನಿ ಮಿಡಿದ ಆ ಕ್ಷಣ

ಓ ಗೆಳತಿಯೇ ಪ್ರೀತಿಸಿದೆ ನಿನ್ನ
ಕಲ್ಪನೆಯಲ್ಲೇ ಸೃಷ್ಟಿಸಿದೆ ನಿನ್ನ ಚಿತ್ರಗಳನ್ನ
ಕಲ್ಪನೆಗಳು ನನಸಾಗದ ಕನಸುಗಳೆಂದು
ಹೇಳಿದರೂ ಜಗ ಕಟ್ಟಿದೆ ಕನಸಿಗೆ ಮನೆಯನ್ನ ।

ನಿನ್ನ ಹೆಜ್ಜೆ ಸ್ಪರ್ಶವ ಹಂಬಲಿಸಿದೆ ಹೊಸ್ತಿಲು
ಕಳೆದುಕೊಂಡೆ ನೀ ಆ ಅದೃಷ್ಟ ಸವಿಯಲು
ನೀನಿಲ್ಲದಿದ್ದರೂ ಮನೆಯೊಳಗೆ ನಿನ್ನ ಹೋಲುವ
ಕಲ್ಪನಾ ಸುಂದರಿ ತುಂಬಿಹಳು ಎದೆಯೊಳಗೆ ।

ನೀ ನೋಡಲೆಂದು ಅವಳ ನಡೆ ನುಡಿಗಳನು
ಪ್ರೀತಿ ವಾತ್ಸಲ್ಯವನ್ನು ಕಟ್ಟಿಸಿದೆ ನಾ ಗಾಜಿನ ಮನೆಯನ್ನು
ಗಾಜಿನ ಮನೆಗೆ ಕಲ್ಲನ್ನು ನೀ ಎಸೆದೆ
ನೋಡು ಆ ಕಲ್ಲಲ್ಲೂ ಕಂಬನಿ ಮಿಡಿದಿದೆ ।

ಕಲ್ಲಿಗೂ ಹೋಲಿಸಲಾಗದ ಕಠೋರ ಮನಸ್ಸಿನವಳೇ ನೀ
ನೀನೇ ಹೇಳು ಹೇಗೆ ಪ್ರೀತಿಸಲಿ ನಿನ್ನ ನಾನು
ಆಕರ್ಷಣೆಯನ್ನು ಅಂದುಕೊಂಡೆ ಮೊದಲ ಪ್ರೀತಿಯೆಂದು
ತಪ್ಪು ಮಾಡಿದೆ ನಾ ಮರೆಯಲಾಗದು ಅದನ್ನೆಂದು ॥

35. ಅಮ್ಮ ಹೇಳಿದ ಎಂಟು ಸುಳ್ಳುಗಳು

ಅಮ್ಮಾ ಎಂದಾಗ ಓಡಿಬಂದು ತಬ್ಬಿಕೊಂಡೆ
ನನ್ನ ಬಂಗಾರ ಎಂದು ಪ್ರೀತಿಯಿಂದ ಮುದ್ದಿಸಿದೆ
ಎಲ್ಲವನ್ನೂ ನೀ ನೀಡಿದೆ ನನಗೆ ಜೀವನದಲಿ
ನಿನ್ನ ತ್ಯಾಗ ಹೇಗೆ ಮರೆಯಲಮ್ಮ
ನಿನ್ನ ಋಣವ ಹೇಗೆ ತೀರಿಸಲಮ್ಮ ॥

ಬಡತನದ ಜೀವನ ಅಪ್ಪ ಮಾಡುತ್ತಿದ್ದರು ಕೂಲಿ
ಒಪ್ಪತ್ತು ಕೂಳಿಗೂ ತೊಂದರೆ ಊಟಕೆ ಗಂಜಿಯು ಮಾಮೂಲಿ
ಅಪ್ಪಂಗೂ ನಂಗೂ ಮೊದಲು ಊಟ ಮಿಕ್ಕಿತ್ತು ಚೂರು ಪಾತ್ರೆಯಲಿ ।
ಉಣಿಸಿದಳು ಅಮ್ಮ ಅಷ್ಟೂ ನನಗೆ ಕೇಳಿದೆ ನೀನಗಮ್ಮ
ನನಗೆ ಹಸಿವಿಲ್ಲಪ್ಪ ಸುಳ್ಳು ಹೇಳಿದಳು ಅಮ್ಮ ॥

ಸ್ನೇಹಿತರೆಲ್ಲರೂ ಹೋಗುತ್ತಿದ್ದರು ಪ್ರವಾಸಕ್ಕೆಂದು
ಹಣವಿಲ್ಲ ನಾ ಕೂತೆ ಮನೆಯಲ್ಲೇ ನೊಂದು
ಸಾಲ ಮಾಡಿದಳು ಅಮ್ಮ ಕಳುಹಿಸಿದಳು ಪ್ರವಾಸಕ್ಕೆಂದು ।
ಕಟ್ಟುತ್ತಿದ್ದಳು ರಾತ್ರಿಯಿಡೀ ಬೀಡಿ ಎದ್ದು ಕೇಳಿದೆ ಏನಾಯ್ತಮ್ಮ
ನಂಗೆ ನಿದ್ರೆ ಬರ್ತಾಯಿಲ್ಲಪ್ಪ ಸುಳ್ಳು ಹೇಳಿದಳು ಅಮ್ಮ ॥

ಓದಿನಲ್ಲಿ ಮುಂದಿದ್ದೆ ಸಿಕ್ಕಿತೊಂದು ವಿದ್ಯಾರ್ಥಿ ವೇತನ
ನನ್ನ ಏಳ್ಗೆ ಕಂಡು ಅಮ್ಮನಲ್ಲಿ ಮೂಡಿತು ಹೊಸ ಚೇತನ
ಎಂದೆ ಈ ಹಬ್ಬಕ್ಕೆ ಕೊಳ್ಳಮ್ಮ ಹೊಸ ಬಟ್ಟೆಗಳನ್ನ ।

ನಂಗು ಅಪ್ಪನಿಗು ಮಾತ್ರ ಇತ್ತು ಬಟ್ಟೆ ಕೇಳಿದೆ ನೀನಗಮ್ಮ
ನನ್ನತ್ರ ತುಂಬಾ ಇದೆಯಪ್ಪಾ ಸುಳ್ಳು ಹೇಳಿದಳು ಅಮ್ಮ ॥

ಹಬ್ಬ ಎಂದರೆ ಹಿಗ್ಗು ಅವತ್ತು ದೊಡ್ಡ ಸಡಗರ
ವರ್ಷದ ಆ ದಿನ ಮಾತ್ರ ಊಟಕ್ಕೆ ಪಾಯಸ ಜಾಂಗೀರ್
ಹೊಟ್ಟೆ ತುಂಬ ತಿಂದೆ ಸಿಹಿಗಳನ್ನು ಮನಸಾರ ।
ಆಸೆಯಿಂದ ನೋಡಿದೆ ಮಿಕ್ಕಿದ್ದನ್ನು ಕೇಳಿದೆ ನೀ ತಿಂದೆಯೇನಮ್ಮ
ನನಗೆ ಸಿಹಿ ಸೇರೊಲ್ಲಪ್ಪ ಸುಳ್ಳು ಹೇಳಿದಳು ಅಮ್ಮ ॥

ಕುಡಿತವು ನುಂಗಿಕೊಂಡಿತು ಬೇಗ ಅಪ್ಪನನ್ನು
ತುಂಬ ಕಷ್ಟವಾಯಿತು ಸಾಗಿಸೋಕೆ ಜೀವನವನ್ನು
ಸಂಬಂಧಿಕರು ಒತ್ತಾಯಿಸಿದರು ಅಮ್ಮನಿಗೆ ಮರು ಮದುವೆಯನ್ನು ।
ಮಡಿಲಲಿ ಮಲಗಿದ ನಾನು ಕೇಳಿದೆ ಏಕೆ ಬೇಡವೆಂದೆಯಮ್ಮ
ಅದರಲ್ಲಿ ಆಸಕ್ತಿಯಿಲ್ಲಪ್ಪ ಸುಳ್ಳು ಹೇಳಿದಳು ಅಮ್ಮ ॥

ಒಲಿಯಿತು ಅದೃಷ್ಟ ಸಿಕ್ಕಿತು ಪಟ್ಟಣದಲಿ ನೌಕರಿ
ಅಮ್ಮ ಇರುವಳು ಹಳ್ಳಿಯಲ್ಲಿ ಮಾಡಬೇಕೆನಿಸಿತು ಚಾಕರಿ
ದಿನವಿಡೀ ಕೆಲಸ ಚಾಕರಿಗೆ ಇಲ್ಲ ದಿನಚರಿ ।
ದುಡ್ಡು ಕಳಿಸಿದೆ ನೀ ಸ್ವಲ್ಪ ಇಟ್ಟುಕೊಳ್ಳಮ್ಮ
ನನ್ನತ್ರ ಇದೆಯಪ್ಪ ಸುಳ್ಳು ಹೇಳಿದಳು ಅಮ್ಮ ॥

ಮದುವೆಯ ನವ ಜೀವನ ಮಡದಿಯೆಂದರೆ ಪ್ರೀತಿ
ಅಮ್ಮನನ್ನು ಕಡೆಮಾಡತೊಡಗಿದೆ ಕವಿದಿತ್ತು ಭ್ರಾಂತಿ
ಮಡದಿ ದೂರಿದಳು ನಿಮ್ಮಮ್ಮ ಆ ರೀತಿ ಈ ರೀತಿ ।
ಕೋಪಗೊಂಡು ಬೈದೆ ಯಾಕೆ ಹೀಗೆ ಮಾಡುತಿಯಮ್ಮ

ನನದೇ ತಪ್ಪಾಯಿತಪ್ಪ ಸುಳ್ಳು ಹೇಳಿದಳು ಅಮ್ಮ ॥

ವಯಸ್ಸಾಯಿತು ಅಮ್ಮನಿಗೆ ಶುರುವಾದವು ಖಾಯಿಲೆ
ಕೆಮ್ಮುತ್ತಿದ್ದಳು ದಿನ ರಾತ್ರಿ ಕೇಳಬೇಕೆಂದುಕೊಂಡೆ ಆಮೇಲೆ
ಜಾಸ್ತಿಯಾಗಿತ್ತು ಕೆಮ್ಮು ತಲೆಸುತ್ತಿ ಬಿದ್ದಳು ನೆಲದ ಮೇಲೆ ।
ಕೇಳಿದೆ ಏನಾಯ್ತು ಆಸ್ಪತ್ರೆಗೆ ಹೋಗೋಣವೇನಮ್ಮ
ನನಗೇನೂ ಆಗಿಲ್ಲಪ್ಪ ಸುಳ್ಳು ಹೇಳಿದಳು ಅಮ್ಮ ॥

36. ಕನಸಿನ ಬೆನ್ನಟ್ಟಿ

ಕನಸೊಂದು ತೋರಿಸಿತು ನನ್ನ ಪಾಲಿನ ಬಂಗಾರವ
ಹರಿದಾಡಿತು ಮನ ತನ್ನದಾಗಿಸಿಕೊಳ್ಳಲು ಆ ಭಾಗ್ಯವ ।
ಹೆಜ್ಜೆಗೊಂದು ಶಕುನ ಎಳೆಯತೊಡಗಿದವು ಗುರಿಯೆಡೆಗೆ
ಹುಚ್ಚು ಮನಕೆ ನಿರ್ಧರಿಸಲು ಬೇಕಿಲ್ಲ ಘಳಿಗೆ ॥

ನನ್ನ ಸರ್ವಸ್ವವ ಮಾರಿ ನಡೆದೆ ಆ ದಾರಿಯಲ್ಲಿ
ದಿನಕ್ಕೊಬ್ಬರು ಸಿಕ್ಕರು ಸಹಾಯವಿತ್ತರು ನನ್ನ ಕಾರ್ಯದಲ್ಲಿ ।
ಮನಸಾರೆ ನೀ ಏನೇ ಪಡೆಯಬಯಸಿದರೂ
ಸಹಾಯಕ್ಕೆಂದು ಜಗವೇ ತೊಡಗಿಸಿಕೊಳ್ಳುವುದು ತನ್ನನ್ನು
ಭರವಸೆ ನೀಡುವುದು ಪಡೆದೇ ತೀರುವೆ ನೀನದನ್ನು ॥

ಪ್ರೇಮವಿತ್ತಳು ಪ್ರೇಯಸಿ ಆಸೆ ತೋರಿಸಿತು ಹಣ
ನೀರಸವಾಗತೊಡಗಿತು ನಾನೇ ಬಯಸಿದ್ದ ಪಯಣ ।
ಕವಲು ದಾರಿಯಲ್ಲಿ ಕಳೆದು ಹೋದೆ ನಾ
ಶಕುನಗಳು ಕಾಡುತ್ತಿವೆ ದೊರಕಿಸಿಕೊಳ್ಳಲು ನನ್ನ ನಿಧಿ
ಹೊಸ ಆಕರ್ಷಣೆಗಳು ತಡೆಯುತ್ತಿವೆ ಇದೆಂಥ ವಿಧಿ ॥

ಪ್ರೇಯಸಿ ಕೊಟ್ಟಳು ಬಾಳಿಗೆ ಹೊಸ ಅರ್ಥವೊಂದನ್ನು
ತುಂಬಿಕೊಂಡು ಚೈತನ್ಯ ತಲುಪಿದೆ ನಾ ಗುರಿಯನ್ನು
ರತ್ನವಿಲ್ಲ ಚಿನ್ನವಿಲ್ಲ ಅಲ್ಲಿತ್ತು ಬರೀ ಕಲ್ಲು ಮಣ್ಣು
ಪಾಠಗಳೊಂದಿಗೆ ಕೊಟ್ಟಿತು ಹೊಸಬಾಳು ಈ ಪಯಣ
ಮರಳಿದೆ ನನ್ನ ಮಣ್ಣಿಗೆ ಅಲ್ಲೇ ಇತ್ತು ನನ್ನ ಪಾಲಿನ ರತ್ನ ಚಿನ್ನ ॥

37. ಮಾನವೀಯತೆ

ಉಳಿಯ ಪೆಟ್ಟು ತಿಂದು
ವಿಗ್ರಹವಾಯಿತು ಕಲ್ಲು
ನೇಗಿಲ ಇರಿತ ಉಂಡು
ಫಸಲು ನೀಡಿತು ಮಣ್ಣು ।

ಎಂಥ ಅದ್ಭುತವೀ ಸೃಷ್ಠಿ
ಕಷ್ಟವನ್ನುಂಡು ದೇವರಾದವು ಕಲ್ಲು ಮಣ್ಣು
ಇವರಂತೆ ಮನುಜ ಸಾಧಿಸು ನೀ ಗುರಿಯನ್ನು ॥

ಕಲ್ಲನ್ನೆಸೆದರೂ
ಫಲ ನೀಡಿದ ಮರ
ಮಗು ಒದ್ದರೂ
ಮುದ್ದಿಸಿದ ತಾಯಿ ।

ಎಂಥ ಅದ್ಭುತವೀ ಸೃಷ್ಠಿ
ಮರವಿತ್ತಿತು ಹಣ್ಣು ತಾಯಿಯಿತ್ತಳು ಮಮತೆ
ಇವರಿಂದ ಕಲಿ ಓ ಮನುಜ ನೀ ಮಾನವೀಯತೆ ॥

38. ಚಲಿಸುವ ಮನ

ಎಲೇ ಓಡುವ ಮನವೇ
ಗೊತ್ತು ಗುರಿಯಿಲ್ಲದೆ ಹೋಗುತಿರುವೆ
ಹುಡುಕುತ ನಿನ್ನ ಹೆಜ್ಜೆ ಗುರುತುಗಳನ್ನು
ಕಳೆದೋಗಿರುವೆ ನಾನೇ ನಿನ್ನಲ್ಲಿ ಎಂಥ ಮೂಢ ನಾನು?

ಇದೇನು ಮಾಯೆಯೋ ಮೋಹವೋ
ಜಟಿಲವಾದ ಚಕ್ರವ್ಯೂಹವೋ
ಭಲೇ ಮೆಚ್ಚಿದೆ ನಿನ್ನ ಪರಾಕ್ರಮಕ್ಕೆ
ಸೋತು ಶರಣಾಗಿರುವೆ ನಿನ್ನ ವಶಕ್ಕೆ

ಹೊರಬರಲಾರೆ ನಿನ್ನ ಗುಂಗಿನಿಂದ ಒಮ್ಮೆ ವಶವಾದರೆ
ವಿಮುಕ್ತಿಗೊಳಿಸು ನಿನ್ನಿಂದ ಬಿಡು ನನ್ನ ಆದರೆ
ನವಲೋಕ ಸೃಷ್ಟಿಸುವೆ ನೀನೆ ಸೂತ್ರಧಾರ ಪಾತ್ರಧಾರ
ಹೇಗೆ ನಾಟಕವಾಡಿಸುವೆ ನೆನಪುಗಳೇ ನಿನ್ನ ಆಧಾರ?

ಮರೆತದ್ದನ್ನು ನೆನೆಸಿದ ಹಾಗೆ ನೆನಪಿದ್ದನ್ನು ಮರೆಸಿದ ಹಾಗೆ
ದ್ವಂದ್ವ ಲೋಕವ ಸೃಷ್ಟಿಸುವೆ ಅದು ಹೇಗೆ
ನಿನ್ನ ಮಾಯೆ ಅಪಾರ
ತಿಳಿಯಬೇಕಾಗಿದೆ ನೀನು ನನ್ನೊಳಗಿರುವುದು
ಶಾಪವೋ ವರವೋ?

ಎಲೇ ಚಂಚಲ ಮನವೇ
ಹೋಗುವುದ ಕೂಡ ತಿಳಿಸಲು ಮರೆತಿರುವೆ
ನಿನ್ನ ನಿವಾಸ ನಾನು ನಿನಗೆ ಶಕ್ತಿ ನಾನು
ಆದರೆ ಹೇಗೆ ತಿಳಿಯಲಿ ನಿನ್ನ ಮೂಲವನ್ನು?

39. ನೀನೇ ಬರೀ ನೀನೇ

ಕಾಮನಬಿಲ್ಲಿಗೆ ಬಣ್ಣ ನೀ ಹಚ್ಚಿದೆಯಾ
ಕೋಗಿಲೆಯ ಕಂಠದ ಆ ಮಧುರ ಗೀತೆ ನೀ ಬರೆದೆಯಾ ।

ನಿನ್ನ ನೋಡಿ ಸಿಂಗರಿಸಿಕೊಂಡವು ಉದ್ಯಾನದ ಹೂಗಳು
ನಿನ್ನ ನಾಟ್ಯ ಕಂಡು ನರ್ತಿಸಿದವು ನವಿಲುಗಳು ।

ಮಲೆನಾಡಿನ ಆ ಸೌಂದರ್ಯ ನಿನ್ನ ಮೊಗ
ಆ ಮೊಗದ ಕಾಂತಿಯಿಂದಲೇ ಬೆಳಗುತಿದೆ ಏನು ಈ ಜಗ ।

ತಳುಕು ಬಳುಕಿನ ನಡಿಗೆ ನೀನ್ಯಾರೆ
ನಿನ್ನ ನೋಡಿ ಹರಿಯುತಿದೆ ಕಾನನದಲ್ಲೊಂದು ಜಲಧಾರೆ ।

ಜೇನಿಗೊಂದು ರುಚಿ ನಿನ್ನಿಂದ
ಮನಕ್ಕೊಂದು ಭಾವ ನಿನ್ನಿಂದ ।

ನಿನ್ನ ಧ್ವನಿ ಕೇಳಿಸುವುದು ಖಗಗಳ ಚಿಲಿಪಿಲಿಯಲ್ಲಿ
ನಿನ್ನ ರೂಪ ಕಾಣುವುದು ಮೋಡಗಳ ಮರೆಯಲ್ಲಿ ।

ಮಗುವಿನ ಮುಗ್ಧ ಭಾವದಲ್ಲಿ ನೀನು
ಕ್ಷೀರದ ಶುದ್ಧ ಬಿಳುಪಲ್ಲೂ ನೀನು ।

ಮಳೆಯ ಹನಿಹನಿಯಲ್ಲೂ ಬರೆಯಬೇಕೆನಿಸುವುದು ನಿನ್ನ ಹೆಸರು
ದೇಹದ ಕಣಕಣದಲ್ಲೂ ತುಂಬಿಕೊಳ್ಳಬೇಕಿದೆ ನಿನ್ನ ಉಸಿರು ।

ನಿನ್ನ ಕಣ್ಣ ಕಾಂತಿಯು ಆ ಸೂರ್ಯನ ಕಿರಣಗಳಲ್ಲಿ

ನಿನ್ನ ಶೀತಲ ಮನವು ಆ ಚಂದ್ರನ ಕೋಮಲತೆಯಲ್ಲಿ ।

ಮರಕೆ ಹಸಿರು ನಿನ್ನಿಂದ
ಜಗಕೆ ಉಸಿರು ನಿನ್ನಿಂದ ।
ಮಲ್ಲಿಗೆಗೆ ಕಂಪು ನಿನ್ನಿಂದ
ಗೀತೆಗೆ ಇಂಪು ನಿನ್ನಿಂದ ।
ಹೆಣ್ಣಿನಲ್ಲಿ ನಾಚಿಕೆ ನಿನ್ನಿಂದ
ಕಣ್ಣಿನಲ್ಲಿ ಸೌಮ್ಯತೆ ನಿನ್ನಿಂದ ।

ನೀ ಕಾಲಿಟ್ಟಲ್ಲಿ ಅರಳುವುದೊಂದು ಕುಸುಮ
ನಿನ್ನ ಪಾದ ಸ್ಪರ್ಶಕೆ ಕಾಯುತಿದೆಯೊಂದು ಪ್ರೇಮ ಧಾಮ ।
ಸೌಂದರ್ಯ ನೀ ಮಾಧುರ್ಯ ನೀ
ಅಪರೂಪ ನೀ ಅನುರಾಗ ನೀ
ಆಗಾಧ ನೀ ಅಕ್ಷಯ ನೀ
ಸಂಸಾರ ನೀ ಸಂವೇದ ನೀ
ಸಂಗೀತ ನೀ ಪಾಂಡಿತ್ಯ ನೀ
ಮೌನ ನೀ ಮಾತು ನೀ
ಆಕಾಶ ನೀ ಮೇದಿನಿ ನೀ
ಬಾಳು ನೀ ಬದುಕು ನೀ
ಎಲ್ಲೆಲ್ಲೂ ನೀ ನನ್ನಲ್ಲೂ ನೀ ॥

40. ಮನದಲ್ಲೇ ಮರೆಯಾಯಿತೊಂದು ಸಾಲು

ಅಪರೂಪದ ರೂಪವತಿ ಕಂಗಳಲಿ ಸೂರ್ಯನ ಕಾಂತಿ
ನೀ ಮನ ಕದ್ದವಳಾ?
ನೀ ಮನ ಗೆದ್ದವಳಾ?

ಮನದಲಿ ನೀ ತುಂಬಿ
ಸುರಿಸುವೆ ಕಾವ್ಯಧಾರೆ
ನಿತ್ಯವೂ ನಿನದೇ ಧ್ಯಾನ
ನಾನಿಲ್ಲ ನನ್ನೊಳು ನೀನಿರೆ ॥

ಮೂರಕ್ಷರವ ನಿನಗೆ ಹೇಳಲು
ಚಡಪಡಿಸುತ್ತಿದೆ ನನ್ನ ಮನ
ಅರಿಯಲಾರೆಯಾ ಎನ್ನ ಕಣ್ಣ ಭಾಷೆ
ಎಷ್ಟು ಪ್ರೀತಿಸುವೆ ನಾ ನಿನ್ನ ॥

ನನ್ನೆದುರಿಗೆ ನೀ ಬಂದು ನಿಲ್ಲಲು
ಮನದಲ್ಲೇ ಮರೆಯಾಯಿತೊಂದು ಸಾಲು
ಒಲವಿನ ಒಂದು ಸಾಲು
ನಿನಗೆ ಹೇಗೆ ಹೇಳಲಿ ಗೆಳತಿ ನೀನೇ ಹೇಳು ನೀನೇ ಹೇಳು ॥

41. ನೀ ನನ್ನ ಕಾಡುವುದೇಕೆ ?

ಮೊದಲ ಸಾರಿ ಕಂಡಕ್ಷಣವೇ
ಎದೆಯ ಬಡಿತ ಏರುಪೇರು ।
ಮಧುರಗೀತೆ ಕಂಪಿಸಿದಂತೆ
ಕೇಳಿದಾಗಲೆಲ್ಲ ನಿನ್ನ ಹೆಸರು ।
ಓ ನಲ್ಲೆ
ಕಲ್ಪನೆಯ ಮಾಲೆಯಲ್ಲಿದ್ದ ನೀ
ಕಣ್ಣೆದುರಿಗೇ ಬಂದೆಯಲ್ಲೆ ॥

ನನ್ನ ಧ್ಯಾನ ನಿನ್ನ ಮೇಲೆ
ನೀ ಎದುರು ಸುಳಿಯುತಿರೆ ।
ಎಲ್ಲ ಕಡೆ ನಿನದೇ ರೂಪ
ಸಹಿಸಲಾರೆ ನಾ ನಿನ್ನ ಮರೆ ।
ಓ ನಲ್ಲೆ
ದೃಷ್ಟಿಯೆದುರಷ್ಟೇ ಇದ್ದ ನೀನು
ಅಂತಃದೃಷ್ಟಿಯನ್ನು ಆವರಿಸಿದೆಯಲ್ಲೆ ॥

ಜೊತೆಯಲ್ಲಿದ್ದರೂ ನಿನಷ್ಟು ದೂರ
ಬಯಸುತ್ತಿದ್ದೆ ನಿನ್ನ ಸ್ನೇಹ ।
ನಿನ್ನ ಸನಿಹವಾದ ನಂತರ
ಸದಾ ಮಾತನಾಡಬೇಕೆಂಬ ದಾಹ ।
ಓ ನಲ್ಲೆ
ಎಲ್ಲೆಲ್ಲೂ ಕಾಣುತ್ತಿದ್ದ ನೀನು
ಮನಸಲ್ಲೇ ನೆಲೆ ನಿಂತೆಯಲ್ಲೆ ॥

ನನ್ನ ಉಸಿರಲ್ಲೇ ನೀನಿದ್ದರೂ ಕೂಡ

ನಿನ್ನ ಮನಸಲಿ ನಾನಿಲ್ಲ ।
ಅಳಿಸಲೆತ್ನಿಸುತಿರುವೆ ನನ್ನಿಂದ ನಿನ್ನ
ಬಿಟ್ಟು ಹೋಗು ನೀ ಮೆಲ್ಲ ಮೆಲ್ಲ ।
ಓ ನಲ್ಲೆ
ಮನಸ್ಸಿಂದ ಕಿತ್ತೆಸೆದರೂ ನಿನ್ನ
ಕನಸಲಿ ಬಂದು ಕಾಡುವೆಯಲ್ಲೆ ॥

42. ಮರೆಯಲು ಸಾಧ್ಯವೇನು ?

ಹೂದುಂಬಿ ಅನುರಾಗದಲಿ
ಕಹಿ ಬರಲು ಕಾರಣವೇನು

ಅಗಲುತಿರುವೆ ನನ್ನ ಗೆಳತಿ
ನನ್ನ ದೋಷವಾದರೂ ಏನು

ಒಂದು ಗಾಲಿ ನಿಂತುಬಿಟ್ಟರೆ
ಬಂಡಿ ಮುಂದೆ ಚಲಿಸುವುದೇನು

ನಿನ್ನ ನಿರ್ಧಾರ ಮಾತ್ರ ಹೇಳು
ಜಗವೇ ಒಪ್ಪದಿದ್ದರೇನು

ಬೇಕಾದಾಗ ಬಿಡುವುದಕ್ಕೆ
ಪ್ರೀತಿಯೆಂದರೆ ತಮಾಷೆಯೇನು

ಮರೆಯೆಂದೊಡನೆ ನಿನ್ನ ಗೆಳತಿ
ಮರೆಯಲು ಸಾಧ್ಯವೇನು ?
ಮರೆಯಲು ಸಾಧ್ಯವೇನು ?

43. ಸ್ನೇಹ ಪ್ರೀತಿಯಾದಾಗ

ಹೂವು ಹಣ್ಣಾಗುವಂತೆ
ಮೋಡ ಮಳೆಹನಿಯಾಗುವಂತೆ
ಸಾಲುಗಳು ಹಾಡಾಗುವಂತೆ
ಬೀಜ ಸಸಿಯಾಗುವಂತೆ
ಹೆಣ್ಣು ತಾಯಿಯಾಗುವಂತೆ
ನದಿ ಸಾಗರವಾಗುವಂತೆ
ಜಿಗಿಯಿತು ನನ್ನೆದೆ ಗಗನೆತ್ತರಕೆ
ನಿನ್ನ ಸ್ನೇಹ ಪ್ರೀತಿಯಾದಾಗ ॥

ಮೇಧಿನಿಗೊಂದು ಆಗಸ
ಲತೆಗೊಂದು ಮರ
ಹಕ್ಕಿಗೊಂದು ಗೂಡು
ಹಾಡಿಗೊಂದು ರಾಗ
ಹೂವಿಗೊಂದು ಭೃಂಗ
ಮನುಷ್ಯನಿಗೊಂದು ಮನ
ಅನಿಸಿತು ನನಗೆಂದೇ ನೀನು
ನಿನ್ನ ಸ್ನೇಹ ಪ್ರೀತಿಯಾದಾಗ ॥

44. ಜೋಗ ಜಲಪಾತ

ನೋಡುತ್ತ ನೋಡುತ್ತ ನಿನ್ನ ಈ ಭೋರ್ಗರೆತ
ಮನಸೋತೆ ನಿನ್ನ ಸೊಬಗಿಗೆ ಮೈಮರೆಯುತ
ನಿನ್ನ ಸೌಂದರ್ಯದ ಆಳ ತೋರಿಸುತ್ತಿದೆ ಆ ಪ್ರಪಾತ
ಜಗದ ಸೌಂದರ್ಯವನ್ನೆಲ್ಲ ತುಂಬಿಕೊಂಡು ,ಥಳಕುತ್ತ
ಬಳಕುತ್ತಾ ಧುಮುಕುತ್ತಿದೆ ಈ ಜೋಗ ಜಲಪಾತ ।

ರಾಜನ ಗಾಂಭೀರ್ಯ, ರಾಣಿಯ ಹರಿತ
ಭಲೇ ಜೋಡಿ ನೋಡಿ ನಾನಾದೆ ಆಶ್ಚರ್ಯಚಕಿತ
ರಾಕೆಟ್ ರೋರರ್ ಗಳ ಅದ್ಭುತ ಕುಣಿತ
ಥಕಧಿಮಿತ ಆಹಾ ನೋಡು ,ಥಳಕುತ್ತ
ಬಳಕುತ್ತಾ ಧುಮುಕುತ್ತಿದೆ ಈ ಜೋಗ ಜಲಪಾತ ।

ಜಗವನ್ನೇ ಬೆರಗಾಗಿಸಿದ ನಿನ್ನ ಈ ಸೆಳೆತ
ಉತ್ತರ ದೇಶದವರೆಂದರು ಬಹುತ್ ಅಚ್ಛಾ ಲಗತಾ
ಅಭಿಮಾನಿ ಸಾಗರವ ಕಂಡು ನಗುನಗುತ
ಅಬ್ಬರಿಸುತ್ತಿರುವೆ ನೀ ಹೋ , ಥಳಕುತ್ತ
ಬಳಕುತ್ತಾ ಧುಮುಕುತ್ತಿದೆ ಈ ಜೋಗ ಜಲಪಾತ ॥

45. ಪ್ರೀತಿಯ ಪಥದಲಿ ಪಯಣಿಗ ನಾನು

ಮೊಗದ ಕಾಂತಿಯ ಬೆಳಕಲಿ ನಿನ್ನ
ಕರಗಬಯಸುವೆ ಮೇಣದಂತೆ ನಾನು ।

ಒಪ್ಪುವಂತೆ ಭಾವಲಹರಿಗೆ ನಿನ್ನ
ಶ್ರುತಿ ಬೆರೆಸುವೆ ಹಾಡೊಂದಕ್ಕೆ ನಾನು ।

ಒಲವ ಕಡಲ ನೆನೆನೆನೆದು ನಿನ್ನ
ಸೇರಬಯಸುವೆ ನದಿಯಂತೆ ನಾನು ।

ಕೆಂದಾವರೆಯ ರಂಗಿನ ತುಟಿಗಳಲಿ ನಿನ್ನ
ಮಾಸದ ನಗೆಯಾಗಬಯಸುವೆ ನಾನು ।

ಮುಂಗುರುಳಲಿ ಮೊಗ ಮರೆಯಾಗಿಸಿ ನಿನ್ನ
ನಗ ಬಯಸುವೆ ಅಲೆಯಂತೆ ನಾನು ।

ಬೆಟ್ಟ ಗುಡ್ಡ ಮೆಟ್ಟಿ ಸೇರುವೆ ನಿನ್ನ
ಪ್ರೀತಿಯ ಪಥದಲಿ ಪಯಣಿಗ ನಾನು ॥

46. ಸ್ನೇಹ ಸ್ವಾರ್ಥಗಳ ನಡುವೆ

ಸಂಭ್ರಮಿಸದಿರು ಸ್ವಾರ್ಥಮನವೇ
ಪರಮಾತ್ಮನಿರುವ ಪರಹಿತದಲಿ ।
ವಿಜೃಂಭಿಸದಿರು ವಿಕೃತ ಮನವೇ
ದೈವದಾಸರೆ ಇರುವುದು ದುಃಖದಾರಿಯಲಿ ॥

ಜಾಲಿಮರಕೆ ನೀರು ಎರೆದು ಏನು ಫಲ
ಬರೀ ಬಯಸಿದರೆ ಹಸಿರಾದೀತೆ ಬರಡು ನೆಲ ।
ನೆಟ್ಟ ನಂಬಿಕೆಗೆ ಬೆಲೆಯುಂಟೆಂದರು ಶಾಶ್ವತ
ಮುರಿಯಬಲ್ಲದು ಸಂಭಂದದ ಬೆಸುಗೆ ಈ ಸ್ವಾರ್ಥ ॥

ತನ್ನವರಲ್ಲಿ ತಾರತಮ್ಯ ತೋರಲು ಸಾಧ್ಯವೇ ಪ್ರಕೃತಿ
ನೋಯಿಸಿ ನಗುವ ಮನುಜ ಇದೆಂಥ ಭಾವ ವಿಕೃತಿ ।
ಎಲ್ಲ ಬಂಧಗಳ ಮೀರಿ ನಿಂತದ್ದೇ ಸ್ನೇಹ ಸಂಬಂಧ
ಸ್ನೇಹದಲ್ಲೂ ಶ್ರೇಣಿ ಕಾಣುವ ನೀ ಕಣ್ಣಿದ್ದೂ ಅಂಧ ॥

47. ಅಡಗಿರುವ ಆಶಯ

ತಂಗಾಳಿಯಲ್ಲಿ ತೇಲಿ ಬಂದ ಗಾನ
ಕದಕಿತು ಒಡಲಾಳದ ನೆನಪುಗಳನ್ನು
ಕಿವಿ ನಿಮಿರಿ ಆಸ್ವಾದಿಸುತಿಹುದು ಆದರೆ
ಹಾಡುಗಾರನ ತಾ ಅರಿಯುವುದೆಂತು ?

ಬಯಕೆಯ ಬೆನ್ನಟ್ಟಿ ಓಡುತ್ತ ನದಿ
ಹುಡುಕುತ್ತ ದಾರಿ ಸೇರುವುದು ಕಡಲನ್ನು
ಆಹ್ವಾನಿಸಿ ಕರಗಿಸಿಕೊಳ್ಳುವುದು ಆದರೆ
ಹೊನಲನು ಕಡಲು ತಾ ಅರಿಯುವುದೆಂತು ?

ಮನಸಾರೆ ಆಲಿಸುತಿಹೆ ಕವಿತೆಯ ಭಾವ
ಉತ್ತುಂಗಕ್ಕೇರಿಸಿ ಮೆಚ್ಚುಗೆಯಿಂದ ಕವಿಯನ್ನು
ಅಂತಿಮ ಪದಗಳು ಕಾಣುತಿಹುದು ಆದರೆ
ಹಾಡಿನ ಸ್ಫೂರ್ತಿಯ ತಾ ಅರಿಯುವುದೆಂತು ?

48. ಚೌಪದಿಗಳು

ಮಾವಿನ ಮರದಾಗ ನೂರೆಂಟು ಕಾಯಿ
ಮನೆಮುಂದೆ ಬೊಗಳುತ್ತಿತ್ತೊಂದು ನಾಯಿ
ನಿನ ಕೆಲಸ ಮಾಡಾಕ ನೀ ಯಾಕ ಹೆದರ್ತಿ
ಮುಚ್ಚೋಕಾದಿತೇನ ಮಾತಾಡೋರ ಬಾಯಿ ॥

ಹರಿವ ನೀರಲ್ಲಿ ಇತ್ತೊಂದು ಮುತ್ತು
ಬಿತ್ತಿದ್ದು ಬೆಳೆದದ್ದು ಭೂಮಿಯ ಸ್ವತ್ತು
ಬೆತ್ತಲೆ ಬಂದವ ನೀ ಬಯಸೋದ್ಯಾಕ
ಹೋಗ್ವಾಗ ಹೆಗಲಮ್ಯಾಲ ಏನೋಯ್ತಿ ಹೊತ್ತು ॥

ಹುಚ್ಚು ಮನಸಿಗೆ ಇರುವುದೇ ಅಂಕೆ
ಸ್ವಾರ್ಥವನು ಅವ ಮೆಚ್ಯಾನೆನ ಮಂಕೆ
ನೀ ಒಬ್ಬರಿಗಾದ್ರ ನಿಂಗೊಬ್ರು ಆಗ್ತಾರ
ಒಳ್ಳೇದ ಮಾಡೋಕ ನಿನಗಾರ ಶಂಕೆ ॥

ಗಾಳ್ಯಾಗ ಹಾರುತ್ತಿತ್ತೊಂದು ಹಾಳಿ
ಬದುಕೋಕಾದಿತೇನ ಭವಿಷ್ಯವ ಕೇಳಿ
ಇಂದ ಬಿತ್ತಿದರ ನಾಳೆ ತಿನ್ನುತ್ತಿ
ಹಸಿವ ಹರಿಯೋಕಾದಿತೇನ ಮಂತ್ರವ ಹೇಳಿ ॥

ಇದ್ದಿದ್ದ ಮಾರಾಕ ಐತೊಂದು ಸಂತಿ
ಎಲ್ಲಾರ್ಗೂ ಇದ್ದಿದ್ದ ದಿನಕ್ಕೊಂದು ಹಂತಿ
ಕಷ್ಟ ಅಂತ ಕೈ ಹೊತ್ರ ಆದಿತೇನ
ಏನೂ ಆಗಲ್ಲ ಬರೀ ಮಾಡಿ ಚಿಂತಿ ॥

ನಗುವುದ ಮರಿತಿತು ಹೂವೊಂದು ಕಂದಿ
ಕೂಡೋದು ಹೇಗೆ ಇರದಿದ್ರೆ ಸಂಧಿ
ಅರಮನೆ ಇದ್ರೂ ನೆರೆಮನೆ ಬೇಕಂತ
ಕಷ್ಟದಾಗ ಇರಬೇಕು ನಾಕಾದ್ರೂ ಮಂದಿ ॥

ದಾರಿ ತಪ್ಪಸಾಕ ಇರ್ತಾವ ಕವಲು
ಶ್ರೇಷ್ಠ ಅಂತೈತಾ ಮೇಲಿದ್ರೂ ಮುಗಿಲು
ನೀ ಏನ ಮಾಡಿಯಂತ ಹೊಗಳ್ಕೊತಿ
ಮನುಷ್ಯತ್ವಕ್ಕಿಂತ ಐತಾ ಇನ್ನೊಂದು ಮೇಲು ॥

ಪ್ರತಿಯೊಂದು ದೇವರಿಗೂ ಒಂದೊಂದು ಹುಂಡಿ
ಪಾತಾಳಕ್ಕಿದ್ರೂ ಎತ್ರ ಜೋಗದ ಗುಂಡಿ
ಅನುಸರಿಸಿ ನಡೀದಿದ್ರ ನೀ ಹೆಂಗ ಬಾಳ್ತಿ
ಒಂದ ಗಾಲೀಲಿ ನಡಿತೇತೆನ ಬಂಡಿ ॥

ಕಥೆಯನ್ನ ಹೇಳಾಕ ಬಯಸಿತು ಕಾಡು
ವ್ಯಥೆಯ ಕಥೆಯ ಕೇಳೋರೆಸ್ಟು ನೋಡು
ಮನಸ್ಸೀಲೆ ಬಂದಿದ್ದೇ ನಿಜವಾದ ಮಾತು
ಪದಗಳೇ ಇರದಿದ್ರೆ ಆಗತೈತಾ ಹಾಡು ॥

ಕಾಗೆಯ ಗೂಡಲ್ಲಿ ಕೋಗಿಲೆಯ ಮೊಟ್ಟೆ
ನಿಂದಂತ ಅನ್ನೋದ ನೀ ಯಾರ್ಗೆ ಕೊಟ್ಟೆ
ಹಂಚಿ ತಿಂದ್ರ ತಂಗಳನ್ನಾನೂ ಹಿಡಿಸ್ತೇತಿ
ತಟ್ಟೆ ತುಂಬಿದ್ರೂ ಹಸಿದಷ್ಟ ತಿಂತೈತಿ ಹೊಟ್ಟೆ ॥

ಗಿಡದಾಗ ಇರೋತಂಕ ನಗತೈತಿ ಹೂವು
ಮನಸಿಲ್ದ ಬಾಳಿದ್ರೆ ದಿನಾಲೂ ಸಾವು
ಮನುಷ್ಯನ ಸಂಕಟ ಗೋಡೆಗೆ ತಿಳಿಯೋಲ್ಲ
ಹೇಳ್ದಾಗ ಹೋಗತೈತಿ ಇನ್ನೊಬ್ಬರಿಗೆ ನೋವು ॥

ಹೂವನ್ನು ಕಾಪಾಡೋದೆ ಮುಳ್ಳಿನ ಪ್ರೀತಿ
ಒಬ್ಬೊಬ್ರ ಪ್ರೀತಿನೂ ಒಂದೊಂದ ರೀತಿ
ಮನಸ್ಸನಾಗ ಇದ್ದಿದ್ದ ಬಾಯಾಗ ಹೇಳಬೇಕು
ಪ್ರೀತಿಗೆ ಇರಬಾರ್ದು ಮಾತಿನ ಭೀತಿ ॥

ಉಣಸ್ತಾಳ ತಾಯಿ ತನ ಹೊಟ್ಟೆ ಕಟ್ಟಿ
ಮುದ್ದಸೊಳು ಬಂದಾಗ ಹೆತ್ತವಳ ಬಿಟ್ಟೆ
ಮರೀತಿಯೋ ಹೆಂಗ ಜನ್ಮವಿತ್ತ ಜೀವ
ನಾಯಿನೂ ಮರೆಯೋಲ್ಲ ತನಗಿತ್ತ ರೊಟ್ಟಿ ॥

ನಡೆಯೋದ ಬಿಡಬಾರ್ದು ಎಡವಿ ಬಿದ್ರೂ
ಫಲ ಕೊಡತೈತಿ ಭೂಮಿ ನೇಗಿಲು ತಿವಿದ್ರೂ
ನಾಳೆಯ ಸುಖಕ್ಕೆ ದುಡೀಬೇಕು ಇಂದು
ನೋವುಂಡರ ಆಗತೈತಿ ಕಲ್ಲು ಕೂಡ ದೇವ್ರು ॥

ಪ್ರತಿ ಪದಕ್ಕೂ ಐತೊಂದು ಅರ್ಥ
ಹೈಕ್ಳು ಹಾಳಾಗ್ತಾವ್ರೆ ಬರ್ತ ಬರ್ತ
ನಮ್ಮ ಕಾಲದಾಗ ಹಿಂಗ ಇರಲಿಲ್ಲಪ್ಪ
ಮಕ್ಳು ಮಡಗ್ತವ್ರೆ ಓದೋಕೂ ಮುಹೂರ್ತ ||

ಭತ್ತವ ಕುಟ್ಟಿದ್ರ ಬರತೈತಿ ಅಕ್ಕಿ
ಒಳ್ಳೆದ ತೆಗಿತಾರ ಕೆಟ್ಟದ್ರಾಗ ಹೆಕ್ಕಿ
ಪೂರ್ತಿ ಮನುಷ್ಯನ ಹುಡುಕೋಕಾಗೋಲ್ಲ
ಚಂದ್ರನ ಮ್ಯಾಲೂ ಇರತೈತಿ ಚುಕ್ಕಿ ||

ಕಣ್ಣಿನಂದ ಹೆಚ್ಚೆಸ್ತು ಒಂಚೂರು ಕಾಡಿಗೆ
ದಿನಕ್ನೂರು ಸಾರಿ ಬೇಕು ಸ್ನಾನ ಮಡಿಗೆ
ಕಾಣದ್ದು ಕಾಣೋಕೆ ಹಿಡಿದರು ಕನ್ನಡಿ
ಓಟವ ಗೆಲ್ಲಲು ಸಾಕೊಂದು ಬರಿನಡಿಗೆ ||

49. ರಾಸ್ತಾ

हर कोई रास्ते को
है कोई मंजिल ;
चल रहा हूं अकेला
ये राह है मुश्किल ।

ओ प्रिय रास्ता,
मुझे ये बता ;

भटके होंगे कई, तेरे गोद में राही ;
जानेवाले थे कहीं पहुंचे और कहीं ।

तुझे पता था कौनसा मोड़ कहाँ ले जाता
तूने बताया नहीं , काश तुझे भी दिल होता ।।

देख रहा हूं पीछे,
रुख के इस मुकाम पर ;
उम्मीद से कहीं दिख जाये,
मेरा कोई या मेरा घर ।

नाच रहा है मेरे आसुवों के सामने
ये बरहम रास्ता ;
ये कोई घोर खता की आंसू है
कोई तो बता ।

आखिर मेरी मंजिल क्या थी?
इससे भी बेहतर !
पता नहीं , देखा नहीं कभी पहले
सोचा था सिर्फ , होगी सुन्दर ।

अपने तो रह ही जाते हैं पीछे
कभी न आते साथ;
तो क्या फर्क पड़ता है लेने में
ये पथ या वो पथ ।

तुझे पता था ना ओ जिन्दजी,
जुदाई तो होनेवाला ही था ;
फिर भी अपनों का मोह दिया मुझे,
काश तुझे भी दिल होता,
काश तुझे भी दिल होता,
काश तुझे भी दिल होता ।।

50. ಯಾರೇ ನೀ ನೀರೆ

(Paint by - Abhijit K Jayakkanavar)

ತಿಳಿಗೊಳ ಮೊಗದಲಿ
ಚಂಚಲೆ ಕಣ್ಮೀನುಗಳು ।

ಅದರ ಕೆಂದಾವರೆಯಲಿ
ಹೊಳೆವ ದಂತಿಬ್ಬಣಿ ।

ಕಾಲಕೇಶ ಪರ್ವತದಂಚಿನಲಿ
ಶ್ವೇತ ದುಂಡುಮಲ್ಲಿಗೆ ಹಿಮ ।

ಸುಕೋಮಲ ಹಣೆ ಜಲ ಹೊರತಲದಲಿ
ನಾಚಿ ಕೆಂಪಾದನಾ ದಿನಕರ ತಿಲಕ ।

ಇಳಿಸಂಜೆಯ ಈ ಪ್ರಕೃತಿಗೆ
ಹೊಂಗಿರಣಾಭರಣ ಸಿಂಚನ ।

ನತದೃಷ್ಟ ಸೂರ್ಯ ಅಸ್ತವಾದ
ಆಗ ತಾನೇ ಮೂಡಿದ ತಾರೆ
ಕೇಳಿತು ಯಾರೀ ನೀರೆ ॥

51. ಓ ನನ್ನವಳೇ ನೀನೆಲ್ಲಿರುವೆ ?

ಮಳೆ ಬಂದರೆ ಸಾಕು
ಇಳೆಯಂತೆ ಹಿಗ್ಗುವೆ
ಹಸಿರ ಮಡಿಲಲಿ ಮಲಗಿ
ಉಸಿರುಸಿರಿಗೊಂದು ಕಾವ್ಯವ ಸೃಷ್ಟಿಸುವೆ
ಭವ್ಯ ಈ ಭಾವನೆಗಳ
ಕಾವ್ಯ ತರಂಗಗಳ
ಅನುಭವಿಸುವ ಶಕ್ತಿ ನನ್ನೊಬ್ಬನಿಗೇ ಎಲ್ಲಿದೆ
ನೀನಿದರಲಿ ಸ್ವಲ್ಪ ಹಂಚಿಕೊಳ್ಳಬಾರದೆ ॥

ಪುಳಕದ ಸಾವಿರ ಮಾತು
ಅಳುಕಿನ ಗೋಗರೆವ ಮಾತು
ನೆನೆದದ್ದನ್ನೆಲ್ಲ ನಾ ನಿನಗೆ ಹೇಳಬೇಕು
ಕನಸನ್ನೂ ಬಿಟ್ಟಿಲ್ಲ ನನ್ನ ಈ ಭಾವನೆಗಳು
ಮನ ಹುಡುಕುವುದು ಸುತ್ತಲೂ
ತನ್ನ ಭಾವನೆಗಳ ಹೇಳಲು
ನಿನಗಾಗಿ ಅರಸಿ ಸೋತುಹೋದೆ
ಕಣ್ಮುಂದೆ ನೀ ಒಮ್ಮೆ ಬರಬಾರದೆ ॥

ಏಕಾಂಗಿ ಎಣಿಸುತಿಹುದು
ಜನಜಾತ್ರೆಯೊಳಿದ್ದರೂ
ಭಾವುಕ ನಾ ಮಾತುಗಾರ ನಾ
ಸಣ್ಣ ಸಣ್ಣ ವಿಷಯಗಳಿಗೂ
ಬಣ್ಣ ಬಣ್ಣದ ಭಾವನೆಗಳು ಪುಟಿಯುವವು
ಭಾವನೆಗಳಿಗೆ ಹೇಗೆ ಆಕಾರ ಕೊಡಲಿ
ಯಾರ ಮುಂದೆ ಅವುಗಳನ್ನ ಬಿಚ್ಚಿಡಲಿ ॥

ಸುತ್ತಲಿದ್ದವರಿಗೆ ಹೆತ್ತವರಿಗೆ
ಒಡಹುಟ್ಟಿದವರಿಗೆ ಒಡನಾಡಿಗಳಿಗೆ
ಹೇಳಲಾರೆನು ಕೆಲ ಭಾವುಕ ಮಾತುಗಳ
ಕವಿ ಮನಸ್ಸಿಗೆ ಅಕ್ಷರಗಳ ಬರವೇನು
ಅವ ಕೇಳುವ ನಲ್ಲೆ ಎಲ್ಲಿ ನೀನು
ಹುಡುಕುತಿದೆ ನನ್ನ ಜೀವ ತನ್ನ ಸಹಜೀವವ
ಆ ಸಹಜೀವವ ಹೊತ್ತ ಓ ನನ್ನವಳೇ ನೀನೆಲ್ಲಿರುವೆ
ನನ್ನ ಭಾವರೂಪಗಳಿಗೆ ಸ್ಪಂದಿಸುವ
ಓ ನನ್ನವಳೇ ನೀನೆಲ್ಲಿರುವೆ ॥

52. ಬಾಳದಾರಿಯ ಸಹಪಯಣಿಗರಿಗೆ

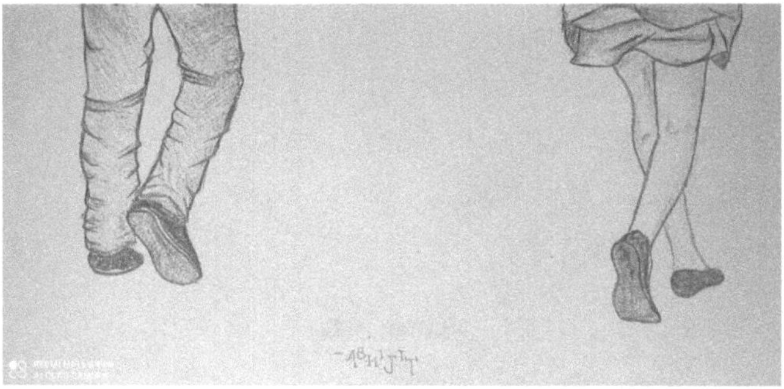

(Paint by - Abhijit K Jayakkanavar)

ಜೀವಗಳೆರಡು ಬೆಸೆದುಕೊಳ್ಳುವ
ಈ ಶುಭಘಳಿಗೆಯಲಿ
ನಾ ಹೇಳಬಯಸುವೆ ಮನದಾಶಯ
ಈ ಪುಟ್ಟ ಕವಿತೆಯಲಿ ।

ಎರಡನ್ನು ಒಂದು ಮಾಡುವ
ಮಧುರ ಮೆರವಣಿಗೆಯಿದು
ಮನೋಜನ ಪರವಾನಿಗೆಯಿದು
ಅವನ ಕನಸು ನಿನ್ನ ಕಣ್ಣಲಿ
ನಿನ್ನ ಮಾತು ಅವನು ಆಡಲಿ
ಸಕ್ಕರೆಯೊಳು ಸವಿಯೋ, ಸವಿಯೊಳು ಸಕ್ಕರೆಯೋ
ಎಂಬಂತೆ, ಅಕ್ಕರೆಯ ಜೀವನ ನಿಮ್ಮದಾಗಲಿ
ಇಂದಿನವರೆಗೆ ತನ್ನದೇ ದಾರಿ, ತನ್ನದೇ ಗುರಿ

ಇಂದಿನಿಂದ ಒಂದೇ ದಾರಿ, ಒಂದೇ ಗುರಿ
ನಯನಗಳೆರಡಿದ್ದರೂ ನೋಟವೊಂದಿದ್ದಂತೆ
ಚಕ್ರಗಳೆರಡಿದ್ದರೂ ಬಂಡಿಯೊಂದಿದ್ದಂತೆ
ಸಾಗುತಿರಲಿ ನಿಮ್ಮ ಬಾಳಬಂಡಿ ಬಾಳದಾರಿಯುದ್ದಕ್ಕೂ
ಸುಲಭವಾಗಿ
ಸರಸವಾಗಿ
ಸಂಗೀತವಾಗಿ
ಸುನಾದವಾಗಿ
ಸಂಪ್ರೀತಿಯಾಗಿ
ಸಾಮರಸ್ಯದಿಂದ, ಸುಯೋಗದಿಂದ, ಸಂಭ್ರಮದಿಂದ, ಸಡಗರದಿಂದ, ಸಂತೋಷದಿಂದ, ಸಹಕಾರದಿಂದ

ಬಾಳೆಂದರೆ ಬರುವವು
ತಿರುವುಗಳು, ಮುರುವುಗಳು
ಸರಿದು ನಡೆಯಿರಿ
ಸಹಿಸಿ ನಡೆಯಿರಿ
ಬಾಗಿ ನಡೆಯಿರಿ
ಒಬ್ಬರ ಕೈಯಾಸರೆ ಇನ್ನೊಬ್ಬರಿಗಿರಲಿ ಸದಾ
ಕೂಡಿ ನಡೆದವರು ಪಡೆದವರು
ಬಿಟ್ಟು ನಡೆದವರು ಬಿದ್ದವರು
ಸದಾ ಪಡೆಯುವ ಪರಮಾನಂದ ಪರಮಾತ್ಮ ನಿಮಗೆ ಕೊಡಲಿ

ಶುಭವಿವಾಹದ ಶುಭಾಶಯಗಳು

53. ಪ್ರಥಮ

ಗೆಣತಿಯ ತುಟಿಯಂಚಲಿ, ಅಡಗಿತ್ತು
ಮಾತೊಂದು;
ಹೇಳಲವಳು ಮೂಕಿ, ನನಗೆ ಗೊತ್ತು
ಅದೇನೆಂದು;
ತುಟಿಯ ಭಾವ ಕಂಗಳಲಿ, ಕಾಣುತ್ತಿತ್ತು
ಬೆಂಕಿಯೊಂದು;
ಹೂ ಮುಳ್ಳಿನ ಹಕ್ಕಿಗಳ ಪ್ರೇಮಕೆ ಇತ್ತು
ಸಾಕ್ಷಿಯೊಂದು
ಆಕಾಶ; ನನ್ನ ಮನ ಯಾರಿಗೆ ಹೆದರುತ್ತಿತ್ತು
ನಾನರಿಯೆನೊಂದು;
ನನ್ನಲೂ ಮಾತಿಲ್ಲ, ಹುಟ್ಟಿತು ಆ ಹೊತ್ತು
ಭಯವೊಂದು;
ಆದರೂ ಅದರುವ ಅದರ ನೋಡಿ, ಮುತ್ತು
ನೆಟ್ಟೆನಲ್ಲೊಂದು.

54. ನನ್ನವಳ ರೂಪ

ನನ್ನವಳ ರೂಪ
ಅದು ಹಸಿವೆ ನೀಗುವ ಭೋಜನವಲ್ಲ
ಅದು ಪ್ರಾಣ ಉಳಿಸುವ ಅಮೃತಸೆಲೆ
ಅದ ಸವಿಯಲು ಹವಣಿಸುವುದಿ ಮನ
ನೆಪ ಹುಡುಕುವುದು ನೋಡಲು ದಿನ ದಿನ
ಆ ಅಮೃತಕ್ಕೆ ರಮಣಿಕಾಂತನೇ ಮೋಹಿನಿಯದಾಗ
ಈ ರಮಣಿಯ ಕಾಂತ ಒಂದೆರಡು ಹುಸಿಯಾಡಿದರೂ
ತಪ್ಪಿಲ್ಲ.
ದಿನವೂ ನಿನ್ನ ನೋಡಬೇಕು,
ಕಣ್ಣು ತುಂಬಿಸಿಕೊಳ್ಳಬೇಕು,
ಇನ್ನೆಷ್ಟು ದಿನ ಹತ್ತಿರ ಇರುವೆ ನೀ
ಮನಕೆ ಇಷ್ಟು ಸಂತಸ ಸಾಕೇ ಹೇಳು ನೀ
ಎಷ್ಟು ಕೊಟ್ಟರೂ ಕಡಿಮೆ, ಈ ಮನಸೇ ಹಾಗೆ
ನನ್ನವಳು ನಕ್ಕರೆ ಸಾಕು , ಅಲ್ಲೇ ಸ್ವರ್ಗ
ಅವಳು ಮಗುವಿನಂತಿದ್ದರೆ ಎಷ್ಟೊಂದು ಚಂದ
ನನಗೆ ಅಷ್ಟೇ ಸಾಕು, ನನಗೆ ಅಷ್ಟೇ ಸಾಕು , ನನಗೆ ಅಷ್ಟೇ ಸಾಕು ॥

55. ಸೌಮ್ಯ

(Paint by - Abhijit K Jayakkanavar)

ನಮ್ಮ ಅನಮ್ಮಂಗಳ್ ಅಧಮ್ಮ ಸಮಾಗಮ್ಮದಿಂ
ಸಗ್ಗಮೇ ನಾಣ್ಚುಂತೀರ್ಪವೋಲ್
ಸುರಮ್ಯ ಬರ್ದುಕು ನಿನ್ನದಾಗಿರೆಂದಾಟಿಸುವಾತನ್
ಆನ್ ಆ ಸುರವಾಸಿ ಸುರರಿಂ
ಕ್ಷಮ್ಯನ್ ಮೇಣ್ ಅಕ್ಷಮ್ಯನ್ ಆನರಿಯೆ
ವರ್ಷದ ವರ್ಷ ಧರಣಿಗಿಂತೆಪ್ಪ
ಹರ್ಷಮುದದೆನಗೆ
ಹರ್ಷದಿಂ ನೀ ಇರ್ಕೆ ಸದಾ

ಸೌಮ್ಯದಿಂ ಬೆಳಗುತಿರ್ಪ ದೀಪಗಳತ್ತಣಿಂ
ದೀಪಂಗಳವೋಲ್ ಪೊಳೆಯುತಿರ್ಪಳೋ ಸೌಮ್ಯ
ಮೇಣ್
ದೀಪಂಗಳವೋಲ್ ಪೊಳೆಯುತಿರ್ಪ ಸೌಮ್ಯಳಿತ್ತಣಿಂ
ಸೌಮ್ಯದಿ ಬೆಳಗುತಿರ್ಪವೊ ದೀಪಂಗಳ್

56. ಕಾಲ

ಸಮರಸ ಮನಗಳಿಗೆ ಮಾತುಗಳ ಬರವೇ?
ಮಧುರ ಮಾತುಗಳಿಂದ ಪುಳಕಕೆ ಬರವೇ?
ಬರವೇನಿದ್ದರೂ ಕಾಲಕೇ!
ಬರದೆ ಇರುವೆಯ ನೀ?
ಬಂದು ಬರವ ನೀಗಿಸುವ ಬಾಯಿಗೆ ಬೀಗವ ಹಾಕುವೆ
ಕಾಯಿಸಿ ತವಕದ ಮನಕೆ ತಾಳ್ಮೆಯ ಕಲಿಸುವೆ
ಕಾಲವೇ ನಮನ ನಿನಗೆ
ಬದುಕು ಕಲಿಸುವ ಕಾಲವೇ ಬೆಳಗು ನಮ್ಮ ಬಾಳು
ಕಾಲಾಯ ತಸ್ಮೈ ನಮಃ

ನೂರು ಬೆಟ್ಟಗಳು ಅಡ್ಡ ಹಾಕಿದರೂ ಹರಿಯದೆ ಜೀವತೊರೆ..!
ಕತ್ತಲ ಹಸ್ತವೆ ಕತ್ತ ಹಿಸುಕಿದರೂ ಬೆಳಗದೆ ಧ್ರುವತಾರೆ..!

57. ಓದಿನ ವಿಮರ್ಶೆ

ಹೇಳಿ ಹೋಗು ಕಾರಣ -

ಪ್ರೀತಿಯ ಪಾಯದ ಮೇಲೆ ನಿಂತಿರುವ ಈ ಪುಸ್ತಕದಲ್ಲಿ ನಾಲ್ಕು ಪಾತ್ರಗಳು. ಜೀವನದ ವಿವಿಧ ಘಟ್ಟಗಳಲ್ಲಿ , ವಿವಿಧ ತಿರುಚಿನಲ್ಲಿ , ತಮ್ಮ ತಮ್ಮ ಬದುಕುಗಳನ್ನು ಕಂಡುಕೊಳ್ಳುತ್ತಾರೆ. ಇಲ್ಲಿ ಬದುಕು ಕಂಡುಕೊಳ್ಳುವುದೆಂದರೆ, ಪ್ರೀತಿಯನ್ನ ಕಂಡುಕೊಳ್ಳುವುದು ಎಂದರ್ಥ. ಪ್ರೀತಿಯೇ ಬದುಕಲ್ಲವೇ!

ಎರಡು ಹೆಜ್ಜೆಗಳು ಇನ್ನೆರಡು ಹೆಜ್ಜೆಗಳೊಡನೆ ಪ್ರಯಾಣ ಪ್ರಾರಂಭಿಸುತ್ತವೆ. ಮಾನವನ ಎರಡು ಹೆಜ್ಜೆಗಳು ಸದಾ ಒಂದನ್ನೊಂದು ಅನುಸರಿಸುತ್ತವೆ, ಆದ್ರೆ ಇನ್ನೆರಡು ಹೆಜ್ಜೆಗಳೂ ಸದಾ ಅನುಸರಿಸಲು ಸಾಧ್ಯವೇ ? ಅದನ್ನು ನಿರ್ಧರಿಸುವುದು ಕೇವಲ ನಾವಲ್ಲ. ಕಾಲ ನಿರ್ಧರಿಸಬೇಕು. ಇಂದು ಪ್ರಸ್ತುತವಿದ್ದದ್ದು ನಾಳೆ ವಿಚಿತ್ರವೆನ್ನಿಸಬಹುದು. ಪ್ರೀತಿ ಕೂಡ ಹಾಗೆ. ಅದು ಚಲಿಸುವ ತೊರೆ, ನಿಂತ ಕೆರೆಯಲ್ಲ. ತೊರೆಗೆ ಸ್ವತಃ ಹರಿಯುವ ದಿಕ್ಕನ್ನು ನಿರ್ಧರಿಸುವ ಹಕ್ಕಿಲ್ಲ, ಅದು ಭೂಮಿಯ ಏರಿಳಿತದ ಮೇಲೆ ಆಧಾರವಾಗಿರುತ್ತದೆ. ಆದರೆ ಒಂದು ಸಮಯ ಬರುತ್ತದೆ, ಸಮುದ್ರವನ್ನು ಸೇರುವ ಸಮಯ, ಆಗ ಆ ತೊರೆ ಈ ತೊರೆ ಎಂಬ ಭೇದ ಭಾವವಿಲ್ಲ, ಅಲ್ಲಿ ಎಲ್ಲರೂ ಸಮಾನರು, ಅಲ್ಲಿ ತೊರೆ ತೊರೆಯಾಗಿರುವುದಿಲ್ಲ, ಯಾವುದೇ ಭೂಮಿಯ ಏರಿಳಿತಗಳ ನಿರ್ಧಾರಗಳಿಗೆ ಅಧೀನವಾಗಿರುವುದಿಲ್ಲ. ಅಲ್ಲಿರುವುದು ಕೇವಲ ಸಮುದ್ರ, ಅನಂತವಾದ, ಅಗಾಧವಾದ , ಮುಗಿಯದ ಪ್ರೀತಿ ಸಮುದ್ರ. ಆ ಸಮುದ್ರ ಸೇರುವ ಹಿಂದಿನ ಘಳಿಗೆ ಯಾರು ತೊರೆಯೊಂದಿಗೆ ಇರುತ್ತಾರೋ, ಅವರೇ ಆ ಅನಂತ ಪ್ರೀತಿ ಕಡಲೊಳಗೆ ಒಂದಾಗಲು ಸಾಧ್ಯ. ಹಿಂದೆ ತೊರೆಗೆ ಸಿಕ್ಕ ಇತರ ನೀರು , ತೊರೆಯಿಂದ ಬೇರೆಯಾದ ಮತ್ತೊಂದು ನೀರು ಎಲ್ಲವೂ, ತೊರೆಯನ್ನು ಪ್ರಭುದ್ಧ ಮಾಡಲು ಜೀವನವು ಮಾಡಿಕೊಟ್ಟ ತರಗತಿಗಳು. ಅಲ್ಲಿ ತೊರೆಯು ಜೀವನವನ್ನು ಕಲಿಯಬೇಕು, ಬೆಳೆಯಬೇಕು, ಕೆಲವರನ್ನು ಕೂಡಿಸಿಕೊಳ್ಳಬೇಕು, ಕೆಲವರನ್ನು ಅಗಲಿಸಿಕೊಳ್ಳಬೇಕು. ಕೂಡಿಕೊಂಡ ಸಂಭ್ರಮದಲ್ಲಿ ಹಿಗ್ಗಿ, ಅಗಲಿದ ಹಿಂಸೆಯಲ್ಲಿ ಕುಗ್ಗಿ , ತೊರೆ ನಿಂತು ಬಿಟ್ಟರೆ ಸಮುದ್ರ

ಸೇರಲಾರದೆ, ಅದರ ವಿಶಾಲತ್ವ ಪಡೆಯಲಾರದೆ ಸತ್ತು ಹೋಗುತ್ತದೆ.

ಮನುಷ್ಯ ಜೀವನವೂ ಹಾಗೆಯೇ. ತೊರೆಯಾಗಿರುವ ತನಕ ಅವನಿಗೆ ತನ್ನದೇ ಆದ ದಾರಿಯಿರುವುದಿಲ್ಲ, ಜೀವನದ ಏರುಪೇರಿನ ಹಾಗೆ ಚಲಿಸಬೇಕಾಗುತ್ತದೆ. ಅಲ್ಲಿ ಕೆಲವರು ಬಂದು ಸೇರುತ್ತಾರೆ, ಇನ್ನು ಕೆಲವರು ಅಗಲುತ್ತಾರೆ. ಅಲ್ಲಿ ಉದ್ದೇಶಕ್ಕಿಂತ , ಅನಿವಾರ್ಯತೆ ಹೆಚ್ಚಾಗಿರುತ್ತದೆ. ಆದರೆ ಸಮುದ್ರದಲ್ಲಿ ಯಾವ ಕಡಿವಾಣ! ಮನುಷ್ಯ ಆ ಸಮುದ್ರ ಸೇರುವ ತನಕ ಕಾಯಬೇಕು, ತಾಳಿದವನು ಬಾಳಿಯಾನು.

ಇನ್ನು ಪ್ರೀತಿ !

ಇದನ್ನು ವ್ಯಾಖ್ಯಾನಿಸುವುದೇ, ಕಷ್ಟದ ಕೆಲಸ. ಪ್ರೀತಿಯೆಂದರೇನು? ಯಾವನಿಗೊತ್ತು. ಇದಕ್ಕೆ ನಿಯಮಗಳಿಲ್ಲ. ಏಕೆಂದರೆ ಪ್ರೀತಿಯೇ ಒಂದು ನಿಯಮ. ಅಲ್ಲಿ ಕರಾರುಗಲಿಲ್ಲ. ಅದು ಅನಂತವಾದದ್ದು. ಪ್ರತಿಯೊಬ್ಬರಲ್ಲೂ ಆ ಅನಂತ ಪ್ರೀತಿಯಿದೆ. ಆದರೆ ಎಷ್ಟೋ ಜನ ಅದನ್ನು ಹಂಚಬಹುದು ಎಂಬ ಸತ್ಯ ಮರೆತುಬಿಡುತ್ತಾರೆ. ಒಬ್ಬರಿಗೆ ಮೀಸಲಿಡುವುದರಲ್ಲಿ ಸ್ವಾರ್ಥವಂತೂ ಇಲ್ಲ. ಅದು ನಿಜವಾಗಲೂ ದೈವಿಕ ಪ್ರೀತಿ. ಆದರೆ ಅದು ಸಾಧ್ಯವೇ! ಜಟಿಲ ಬದುಕು ಇದಕ್ಕೆ ಅಣಿ ಮಾಡಿಕೊಡುತ್ತದೆಯೇ ? ಬಹುಶಃ ಇಲ್ಲ. ನಾವು ಮಾನವರು, ಕೆಲವು ಮಿತಿಗಳೊಂದಿಗೆ ಬಾಳುತ್ತೇವೆ. ಇಲ್ಲಿ ದೈವಿಕ ಪ್ರೀತಿ ಬಹುಶಃ ಸಾಧ್ಯವಿಲ್ಲ, ಅದು ಅವಶ್ಯವೂ ಅಲ್ಲ , ಏಕೆಂದರೆ ಮಿತಿಗಳು ಪ್ರೀತಿಯನ್ನು ಸಂಕುಚಿತ ಮಾಡಿದರೆ ಅದರ ದೈವತ್ವ ಹೊರಟುಹೋಗುತ್ತದೆ; ಪ್ರೀತಿಯು ಮಿತಿಗಳನ್ನು ಗೆಲ್ಲಹೊರಟರೆ ಬದುಕು ದುಸ್ತರವಾಗುತ್ತದೆ. ಎರಡೂ ಅಪಾಯಕಾರಿ ! ಆದ್ದರಿಂದ ಒಂದು ಪ್ರಭುದ್ಧವಾದ ಮನಸ್ಸು ಮಾತ್ರ ಪ್ರೀತಿಯನ್ನು ವ್ಯಾಖ್ಯಾನಿಸಲು ಸಾಧ್ಯ. ಆ ವ್ಯಾಖ್ಯಾನ ಆ ಮನಸ್ಸಿಗಷ್ಟೇ ಸೀಮಿತ, ಹಾಗೂ ಅದನ್ನು ಹಂಚಿಕೊಳ್ಳುವ ಇನ್ನೊಂದು ಪ್ರಭುದ್ದ ಮನಸ್ಸಿಗೆ. ಪ್ರಭುದ್ದ ಮನಸೆಂದರೆ ಸಮುದ್ರವನ್ನು ಸೇರಲು ಸಿದ್ದವಾಗಿರುವ (ಮೆಚೂರ್ಡ್) ತೊರೆ. ಆ ಎರಡು ಪ್ರಭುದ್ದ ಮನಸುಗಳು ಪ್ರೀತಿಯನ್ನು ಮನುಷ್ಯತ್ವದಿಂದ , ದೈವತ್ವದೆಡೆಗೆ ಸಾಗಿಸುತ್ತವೆ. ದೈವಿಕ ಪ್ರೀತಿಯನ್ನೇ ಪ್ರಾರಂಭಿಸುತ್ತೇವೆ ಎನ್ನುವುದು ಹುಚ್ಚುತನ, ಅದನ್ನ ದೈವತ್ವದ ನೆಲೆಗೆ ನಿಲ್ಲಿಸುವುದು ವಿವೇಕತನ.

ಇನ್ನು ಕಥೆಯ ಸಾರಾಂಶ.

ಇಲ್ಲಿ ನಾಲ್ಕು ಪಾತ್ರಗಳು. ಹಿಮವಂತ ಮತ್ತು ಪ್ರಾರ್ಥನಾ. ಊರ್ಮಿಳಾ, ದೇಬು. ಹಿಮವಂತನದು ದೈವಿಕ ಪ್ರೀತಿ. ಅಲ್ಲಿ ಪ್ರಾರ್ಥನಾ ಬಿಟ್ಟರೆ ಬೇರೇನೂ ಇಲ್ಲ. ಅವನ ಬದುಕೇ ಪ್ರಾರ್ಥನಾ ಆಗಿ ಬಿಟ್ಟಿತ್ತು. ಅವನ ಉಸಿರು ಸಹ ಪ್ರಾರ್ಥನಾ ಪ್ರಾರ್ಥನಾ ಎನ್ನುತ್ತದೆ. ಪ್ರಾರ್ಥನಾ ಒಬ್ಬ ಬಡ ಹುಡುಗಿ, ಸುಂದರಿ. ಮನೆ ಬಿಟ್ಟು ಹಿಮವಂತನ ಜೊತೆ ಬಂದಿದ್ದಾಳೆ. ಇವನು ಸಹ ಅತಿ ಬಡವ. ಆದರೆ ಪ್ರಾರ್ಥನಾಳ ಆಸೆಯಂತೆ ಅವಳನ್ನು ಮೆಡಿಕಲ್ ಓದಿಸಲು ಮುಂದಾಗುತ್ತಾನೆ. ಅವಳಿಗಾಗಿ ಒಂದು ಹೊಸ ಊರನ್ನೇ ಸೃಷ್ಟಿಸಲು ತಯಾರಾಗುತ್ತಾನೆ, ಅಲ್ಲಿ ಆಸ್ಪತ್ರೆ, ಅವರಿಗೊಂದು ಮನೆ, ಅಲ್ಲಿ ಮತ್ತೆ ನೂರಾರು ಮನೆಗಳು. ಹೀಗೆ ಒಬ್ಬ ಮಿಠಾಯಿ ಮಾರುವ ಹುಡುಗನನ್ನು ಒಂದು ಮಹತ್ತರ ಕನಸು ಸಾಕಾರಗೊಳಿಸಲು ದುಡಿಯುವಂತೆ ಮಾಡುತ್ತೆ ಪ್ರಾರ್ಥನಾಳ ಪ್ರೀತಿ. ಪ್ರಾರ್ಥನಾ ಸಹ ಹಿಮವಂತನನ್ನು ಅಷ್ಟೆ ಪ್ರೀತಿಸುತ್ತಿರುತ್ತಾಳೆ. ಅವಳಿಗೆ ಅವನು ದೇವರು, ಬದುಕು ಕೊಟ್ಟ, ಪ್ರೀತಿ ಕೊಟ್ಟ, ತನ್ನನ್ನೇ ಕೊಟ್ಟ.

ತಿರುವು ಬರುವುದು, ಪ್ರಾರ್ಥನಾ ಮೆಡಿಕಲ್ ಕಾಲೇಜು ಮೆಟ್ಟಿಲು ಹತ್ತಿದಾಗ. ಅಲ್ಲಿ ದೇಬು ಸಿಗುತ್ತಾನೆ. ಸುಂದರ, ಶ್ರೀಮಂತ, ಕಾರಿದೆ, ಬುದ್ಧಿವಂತ. ಅವನಿಗೆ ಮಾರು ಹೋಗದ ಹುಡುಗಿಯೇ ಇಲ್ಲ. ಅವರಲ್ಲಿ ಪ್ರಾರ್ಥನಾ ಸಹ ಒಬ್ಬಳಾಗಿ ಬಿಡುತ್ತಾಳೆ. ಹಿಮವಂತನ ಪ್ರೀತಿ ಕರಾಗುತ್ತ ಹೋಗುತ್ತದೆ, ದೇಬು ಮತ್ತು ಪ್ರಾರ್ಥನಾ ಒಂದಾಗಲು ಶುರುವಾಗುತ್ತದೆ.

ಇಲ್ಲಿ ಬರುವ ಇನ್ನೊಂದು ಪಾತ್ರ, ಊರ್ಮಿಳಾ. ಇವಳು ಅವಳ ವಯಸ್ಸಿಗೆ ಮೀರಿ ಪ್ರಭುದ್ಧತೆ ಪಡೆದ ಹುಡುಗಿ. ಅವಳಿಗೆ , ಪ್ರೀತಿ ಎಂದರೆ ಕಾಮ ಅನಿಸುತ್ತದೆ. ನಿಜವಾದ ಪ್ರೀತಿ ಇಲ್ಲ ಎನ್ನುತ್ತಾಳೆ. ಏಕೆಂದರೆ ಪ್ರೀತಿಯಲ್ಲಿ ಸೋಲು ಕಂಡಿರುವಳು ಅವಳು. ಕುಡಿಯುತ್ತಾಳೆ, ಸಿಗರೇಟ್ ಹಚ್ಚುತ್ತಾಳೆ. ಹುಡುಗರೊಡನೆ ತಿರುಗಾಡುತ್ತಾಳೆ. ಅವಳು ಪ್ರಾರ್ಥನಾ ರೂಮ್ ಮೇಟ್ಸ್. ದೇಬು ಒಬ್ಬ ಬುದ್ಧಿವಂತ ವಿದ್ಯಾರ್ಥಿ, ಶ್ರೀಮಂತ ಆದರೆ ಅವನಿಗೆ ಹುಡುಗಿಯರ ಹುಚ್ಚು. ಅನೇಕ ಹುಡುಗಿಯರೊಂದಿಗೆ ಹಾಸಿಗೆ ಹಂಚಿಕೊಂಡಿದ್ದಾನೆ, ತಿಂಗಳಿಗೊಬ್ಬಳನ್ನು ಬದಲಾಯಿಸುತ್ತಾನೆ.

ಈ ಹಿನ್ನೆಲೆಯಲ್ಲಿ ಅನೇಕ ಘಟನೆಗಳು ನಡೆಯುತ್ತವೆ. ಕೊನೆಗೆ ಹಿಮವಂತ ತನಗಾದ ವಂಚನೆಯನ್ನು ಸಹಿಸಲಾರದಷ್ಟು ಖಿನ್ನನಾಗುತ್ತಾನೆ. ಊರ್ಮಿಳಾ ಒಮ್ಮೆ

ದೇಬುನ ಗೆಳತಿ ಆಗಿದ್ದವಳು, ಅವಳನ್ನು ಗೆಲ್ಲಲು ದೇಬುನಿಗೆ ಎಂದೂ ಆಗಿರಲಿಲ್ಲ. ಅಂಥವಳು ಹಿಮವಂತನ ಆಸರೆಯಾಗಿ ನಿಲ್ಲುತ್ತಾಳೆ. ಊರ್ಮಿಳೆಗೆ ಹಿಮವಂತನ ಮೇಲೆ ಪ್ರೀತಿ ಬರುತ್ತದೆ. ಕೊನೆಗೆ ದೇಬು ಮತ್ತು ಪ್ರಾರ್ಥನಾಳ ಮದುವೆಯನ್ನು ಹಿಮವಂತ ನಿಂತು ಮಾಡುತ್ತಾನೆ.
ಇನ್ನೊಂದು ಮುಖ್ಯ ವಿಚಾರವೆಂದರೆ, ಕಡೆಗೆ ಒಮ್ಮೆ ಕಥೆಯೆಡೆಗೆ ನೋಡಿದಾಗ, ಯಾರದ್ದು ತಪ್ಪೇನಿಸುವುದಿಲ್ಲ. ಇಲ್ಲಿ ಯಾರೂ ವಂಚನೆಗೆ ಗುರಿಯಾಗಿಲ್ಲ. ಎಲ್ಲರೂ ಪಾಠ ಕಲಿತಿದ್ದಾರೆ, ಮುಂದಿನ ಅನಂತ ಪ್ರೀತಿ ಪಡೆಯಲು, ಅದನ್ನು ದೈವತ್ವಕ್ಕೆ ಒಯ್ಯಲು.

ಇದು ಸಂಕ್ಷಿಪ್ತವಾಗಿ ಕಥೆ.

ಇಲ್ಲಿ ತುಂಬಾ ವಿಷಯಗಳು ಚರ್ಚಿಸಲ್ಪಟ್ಟಿವೆ. ಅನೇಕ ಬದುಕಿನ ತಿರುವುಗಳು ಹೇಗೆ ಪ್ರೀತಿಯನ್ನು ಕೊಂದು ಹಾಕುತ್ತವೆ, ಹೊಸ ಪ್ರೀತಿಗೆ ದಾರಿ ಮಾಡಿಕೊಡುತ್ತವೆ ಎಂಬುದನ್ನು ಕಥೆ ಚೆನ್ನಾಗಿ ತೋರಿಸುತ್ತದೆ.

ಒಟ್ಟಿನಲ್ಲಿ, ಈ ಪುಸ್ತಕ ಗೊತ್ತಿದ್ದ ಕೆಲವು ವಿಷಯಗಳನ್ನು ಸ್ಪಷ್ಟಪಡಿಸಿ, ಇನ್ನೂ ಕೆಲವನ್ನು ತಿಳಿಸಿ, ಒಂದು ಪ್ರಭುದ್ಧ ವಿಚಾರಕ್ಕೆ ಎಡೆಮಾಡಿ ಕೊಟ್ಟಿದ್ದಂತೂ ನಿಜ.

ಕೊನೆಗೆರಡು ಮಾತುಗಳು

ನನ್ನ ಈ ಪಯಣದಲ್ಲಿ ಪ್ರತ್ಯಕ್ಷವಾಗಿ ಹಾಗೂ ಪರೋಕ್ಷವಾಗಿ ಸಹಾಯಹಸ್ತ ನೀಡಿದ ಮತ್ತು ಆಶೀರ್ವದಿಸಿದ ಎಲ್ಲರಿಗೂ ಮನಃಪೂರ್ವಕವಾಗಿ ನನ್ನ ಕೃತಜ್ಞತೆಗಳನ್ನು ಸಲ್ಲಿಸುವ ಸಮಯ ಇದು. ಎಲ್ಲರ ಹೆಸರನ್ನು ಇಲ್ಲಿ ನಮೂದಿಸಲು ಈ ಪುಟ ತುಂಬಾ ಕಿರಿದು. ಅನಂತವಾದ ಮನಸ್ಸಿನಲ್ಲಿ ಅವು ಅಚ್ಚಳಿಯದೆ ಸದಾ ಇವೆ. ನಿಮ್ಮೆಲ್ಲರಿಗೂ ನಾನು ಸದಾ ಋಣಿಯಾಗಿದ್ದೇನೆ. ಇದೆ ಪ್ರೋತ್ಸಾಹ ಸಹಕಾರ ಎಂದೆಂದಿಗೂ ಇರಲಿ ಮತ್ತು ನನ್ನ ಮುಂದಿನ ಸಾಹಿತ್ಯ ಕೃಷಿಗೆ ಆಶೀರ್ವಾದ ಇರಲಿ ಎಂದು ಕೇಳಿಕೊಳ್ಳುತ್ತೇನೆ.

ತಮ್ಮ ಪ್ರೀತಿಯ
ಅಭಿಜಿತ್